INSIGHT PUBLICA®

INSIGHT PUBLICA®
Nadakkavu, Kozhikode, Kerala
www. insightpublica.com
e-mail: insightpublica@gmail.com
Bhagavad Gita
Mathavum Mathethara Vijaravum
(Malayalam)
Bineesh Puthuppanam
First Edition: January 2019
Second Edition: November 2021

ISBN 978-93-87398-75-7

ഭഗവദ്ഗീത

മതവും മതേതര വിചാരവും

ബിനീഷ് പുതുപ്പണം

INSIGHT PUBLICA ®

വടകര സ്വദേശി. അച്ഛൻ കുഞ്ഞികൃഷ്ണക്കുറുപ്പ്, അമ്മ: പത്മാവതി. കാലടി ശ്രീശങ്കരാചാര്യ സംസ്കൃത സർവ്വകലാശാലയിൽ നിന്ന് എം.ഫിൽ ബിരുദവും ഡോക്ടറേറ്റും നേടി. നാഗ്പൂരിൽ നടന്ന 'കൃത്യ' അന്തർ ദേശീയ കവിസമ്മേളനത്തിലും ഗോവയിൽ വെച്ച നടന്ന 'കാവ്യഹോത്ര' ദേശീയകാവ്യോത്സവത്തിലും മലയാളത്തിലെ യുവ കവികളെ പ്രതിനിധീകരിച്ച പങ്കെടുത്തിട്ടുണ്ട്. ചലച്ചിത്രങ്ങൾക്കും നിരവധി ആൽബങ്ങൾക്കും ദേശീയവോളീമേളകൾക്കും ഗാനങ്ങൾ രചിച്ചിട്ടുണ്ട്. ഇപ്പോൾ നിലമേൽ എൻ.എസ്.എസ് കോളേജിൽ അസി. പ്രൊഫസർ.

കൃതികൾ: *കേരള നവോത്ഥാനത്തിന്റെ പരിമിതികൾ, ജ്ഞാനനിർമ്മിതിയുടെ വെളിപാടുകൾ, കൈതക്കാട്ടിലെ കവിത, പ്രണയരാമൻ, പാൽവിളി, ഗുരു: നിലാവും കടലും നിറഞ്ഞ്, മലയാളിയുടെ അദൃശ്യസഞ്ചാരങ്ങൾ, ഗുരു: ചിതറിയ ആൾക്കണ്ണാടി, ഭജഗോവിന്ദം വ്യാഖ്യാനം.*

ബിനീഷ് പുതുപ്പണം

ഉള്ളടക്കം

ഭഗവദ്ഗീത:
ദാർശനിക സഞ്ചാരങ്ങൾ, സമസ്യകൾ
ബിനീഷ് പുതുപ്പണം

ഭാരതീയ ദർശനങ്ങളുടെ ജ്ഞാനമീമാംസയായ ഉപനിഷത്തുക്കൾക്കും ബ്രഹ്മസൂത്രത്തിനുമൊപ്പം ചേർക്കപ്പെട്ട കൃതിയാണ് ഭഗവദ്ഗീത. ഗീത എന്ന സംജ്ഞ 'ഗാനം' എന്ന അർത്ഥത്തിലാണ് സാധാരണയായി ഉപയോഗിക്കാറുള്ളത്.

കർമം, ജ്ഞാനം, ഭക്തി എന്നിവയുടെ വിവരണത്തിനുമപ്പുറം ദേശീയവും രാഷ്ട്രീയവും മതപരവുമായ അനവധി സാഹചര്യങ്ങളിലൂടെയും ചരിത്രത്തിലൂടെയും ഭഗവദ്ഗീത കടന്നു പോയിട്ടുണ്ട്; ഇപ്പോഴും അതിന്റെ ദർശനയാത്ര തുടരുന്നു. യഥാർത്ഥത്തിൽ കേവലമായ ഒരു ദർശനത്തിന്റെയോ സിദ്ധാന്തത്തിന്റെയോ പിൻബലത്തിലോ, ആശയത്തിലോ ഒതുക്കാവുന്നതല്ല ഗീതാദർശനം. സാംഖ്യം, യോഗം, മീമാംസ, തുടങ്ങിയ ആസ്തിക ദർശനങ്ങളോടൊപ്പം തന്നെ ബൗദ്ധദർശനവും ഗീതയിൽ ഇടംപിടിച്ചതായി കാണാം. ഇത്തരം ദർശനങ്ങളുടെ സമന്വയവും സമഗ്രതയുമാണ് ഗീതാദർശനത്തിന്റെ കാതൽ.

ഭഗവദ്ഗീതയുടെ രചനാകാലത്തെ സംബന്ധിച്ചുള്ള തർക്കങ്ങൾക്ക് ഇന്നും അറുതി വന്നിട്ടില്ല. ക്രിസ്തു പൂർവവും ക്രിസ്ത്വാനന്തരവുമായ കാലഗണനകൾക്കിടയിലുള്ള തർക്കങ്ങളിൽ ഗീതയുടെ രചനാകാലം നിലനിൽക്കുന്നു. എന്നാൽ സാംഖ്യ-യോഗ-മീമാംസാദർശനങ്ങളുടെ സ്വാധീനം ഗീതയിലുള്ളതിനാൽ ഈ ദർശനങ്ങളുടെയെല്ലാം ഉത്ഭവാനന്തരമാണ് ഗീതാരചനാഘട്ടമെന്ന് അനുമാനിക്കാം.

ഭഗവദ്ഗീതയ്ക്ക് സ്വതന്ത്രമായ അസ്തിത്വമുടലെടുത്തതുമുതൽ അതിന്റെ പ്രയോഗത്തിലും പരിണാമം സംഭവിച്ചു തുടങ്ങിയിട്ടുണ്ട്. ശങ്കരാചാര്യരാണ് ഗീതയ്ക്ക് ആദ്യമായി ഭാഷ്യം രചിക്കുന്നത്. ശങ്കരപൂർവികരായ പൈശാചി, രന്തിദേവൻ, ബോധായനൻ, ഗുപ്തൻ എന്നിവരുടെ ഗീതാവ്യാഖ്യാനങ്ങളെക്കുറിച്ച് പരാമർശങ്ങളുണ്ടെങ്കിലും തെളിവുകളുടെ അഭാവത്തിൽ ശങ്കരനാണ് ഗീതാവ്യാഖ്യാനത്തിന്

തുടക്കമിട്ടതെന്ന് കരുതാം. ശങ്കരനുമുമ്പുതന്നെ വ്യാഖ്യാനങ്ങളും വ്യാഖ്യാതാക്കളും നിലവിലുണ്ടായിരുന്നെങ്കിലും അവരാരും തന്നെ ഗീതയ്ക്കോ, ഭഗവദ്ഗീതാ സംബന്ധമായ വ്യാഖ്യാന നിർമ്മിതിക്കോ പ്രാമുഖ്യം നൽകിയിരുന്നില്ല. ജാഗ്രത്, സ്വപ്ന, സുഷുപ്തി അവസ്ഥകളെ വിലയിരുത്തിക്കൊണ്ട് ശങ്കരാചാര്യരുടെ പരമഗുരുവായ ഗൗഡപാദർ രചിച്ച മാണ്ഡൂക്യോപനിഷത്ത് വ്യാഖ്യാനം ഗ്രന്ഥ വിശകലന-വ്യാഖ്യാനരംഗത്തെ മുന്നേറ്റങ്ങൾക്ക് മികച്ച ഉദാഹരണമാണ്. എന്നാൽ ഭഗവദ്ഗീതാ സംബന്ധമായ ഒരു വ്യാഖ്യാനമോ വിവരണമോ ഗൗഡപാദരുടെ പരിഗണനയിൽ വന്നിരുന്നില്ല. ശങ്കരഗുരുവായ ഗോവിന്ദ- ഭഗവദ്പാദരാകട്ടെ ഗീതാപരാമർശം പോലും നടത്തിയതായി രേഖകളില്ല. അങ്ങനെയാകുമ്പോൾ ആദ്യത്തെ ഗീതാഭാഷ്യം, ശങ്കരാചാര്യരിൽ നിന്നാണെന്നു പറയുന്നതിൽ തെറ്റില്ല. വേദോപനിഷത്തുക്കൾ എങ്ങിനെയാണോ വ്യാഖ്യാനിക്കപ്പെട്ടത് അതേ ജ്ഞാന മണ്ഡലത്തിൽ നിന്നുകൊണ്ടാണ് ശങ്കരാചാര്യർ ഗീതയും വ്യാഖ്യാനിച്ചത്. കർമവും ഭക്തിയും നിലനിൽക്കെ ഗീത ജ്ഞാനമണ്ഡലമായി തീർന്നതും ശങ്കരാചാര്യരിലൂടെയാണ്. തുടർന്ന് യമുനാചാര്യൻ, രാമാനുജൻ, മധ്വൻ തുടങ്ങിയവരിലൂടെ ഗീത ഭക്തിപ്രധാനമായി തീർന്നു. അങ്ങിനെ അദ്വൈത ഭാവം മുതൽ അചിന്ത്യാഭേദം, ശിവാദ്വൈതം തുടങ്ങിയ വ്യാഖ്യാനങ്ങൾക്കു വരെ ഗീത സാക്ഷിയായി. ഒരു ഏകീകൃത വിശ്വാസ സമൂഹം എന്ന നിലയിൽ 'ഹിന്ദു' എന്ന ആശയം നിലവിൽ വരാത്ത ഘട്ടത്തിൽ അനവധി മതങ്ങളിൽ ചിതറിക്കിടക്കുകയായിരുന്നു ഭഗവദ്ഗീത. അദ്വൈത മതം, വിശിഷ്ടാദ്വൈതമതം, ദ്വൈതമതം എന്നിങ്ങനെ വിവിധ ദർശനങ്ങളിലും ചിന്തകളിലുമായി ഗീത പരിണമിച്ചുകൊണ്ടിരുന്നു. ഇങ്ങനെ വിഘടിച്ചു കിടന്ന മതത്തിൽ നിന്നും ഏകീകൃത വിശ്വാസ പ്രമാണമായി ഭഗവദ്ഗീത രൂപപ്പെടുന്നത് കൊളോണിയൽ ആധുനികതയിലാണ്. യഥാർത്ഥത്തിൽ പൗരസ്ത്യ വാദമാണ് ഇന്ത്യൻ കൃതികൾക്കും വിജ്ഞാനത്തിനും വിശാലമായ അർത്ഥവ്യാപ്തി നിർമ്മിക്കുന്നത്. പാരമ്പര്യത്തെ- പാഠവത്ക്കരിക്കുന്നതായിരുന്നു ഓറിയന്റലിസ്റ്റ് വ്യവഹാരങ്ങൾ എന്നതിനാൽ സംസ്കൃത കൃതികൾക്ക് ആധുനികവും ദേശീയവുമായ ആധികാരികത ലഭിക്കുകയും 'പ്രമാണ ഗ്രന്ഥ'ങ്ങളായി അവ ഉയരുകയും ചെയ്തു. ഈ ഘട്ടത്തിൽ വിവർത്തനങ്ങളും വ്യാഖ്യാനങ്ങളും വഴി മറ്റേതൊരു കൃതിയേക്കാളും ഉന്നതമായ പദവി ഭഗവദ് ഗീതയ്ക്കു ലഭിക്കുകയും ദേശീയതയുടെ ഭാഗമായി ഗീത പരിണമിക്കുകയും ചെയ്തു.

നവോത്ഥാന ഘട്ടത്തിൽ തന്നെ ഗീത പ്രായോഗികായുധമായി തീർന്നിട്ടുണ്ട്. രാജാറാം മോഹൻ റോയ് സാമൂഹ്യ

അനാചാരങ്ങൾക്കെതിരെ ഗീതാതത്ത്വത്തെ ഉപയോഗിച്ച് പോരാടി. തുടർന്ന് സ്വാമി വിവേകാനന്ദൻ, തിയോസഫിക്കൽ സൊസൈറ്റി പ്രവർത്തകർ തുടങ്ങിയ അനേകം പേരിലൂടെ ഗീത മുന്നേറി. എന്നാൽ ഭഗവദ് ഗീതയ്ക്ക് രാഷ്ട്രീയവും ദേശീയവുമായ മുഖം കൈവരുന്നത് ഇന്ത്യൻ സ്വാതന്ത്ര്യ സമരത്തിലാണ്. തിലകൻ, അരബിന്ദോ, ഗാന്ധി, വിനോബഭാവേ തുടങ്ങി അനേകം ദേശീയനേതാക്കൾ ഗീതയെ വ്യാഖ്യാനിക്കുകയും വിശദീകരിക്കുകയും ചെയ്തു. വിസ്മയകരമായ വസ്തുത ദേശീയ പ്രസ്ഥാനത്തിലെ മിതവാദികളും തീവ്രവാദികളും ഗീതയെ തങ്ങളുടെ ആശയങ്ങൾ പ്രചരിപ്പിക്കുവാനുള്ള ഉപകരണമാക്കിതീർത്തു എന്നതാണ്. പത്ര മാധ്യമങ്ങളും യുവസംഘടനകളുമെല്ലാം ഭഗവദ്ഗീതയെ തങ്ങളുടെ ആശയ പ്രചാരണത്തിനുള്ള ആയുധമായി പ്രയോഗിച്ചിട്ടുണ്ട്. അങ്ങനെ ഇന്ത്യൻ ദേശീയ പ്രസ്ഥാനഘട്ടത്തെ മുന്നോട്ടു നയിക്കാൻ ഭഗവദ്ഗീതയ്ക്ക് കഴിഞ്ഞിട്ടുണ്ട്. അത്തരമൊരു അന്വേഷണത്തിന്റെ ഭാഗമാണ് ഈ പുസ്തകം.

എഴുത്തിനൊപ്പം എക്കാലവും കൂടെ നിന്ന ഒരുപാടു പേരുണ്ട്. അക്കാദമിക സംശയങ്ങൾ തീർക്കാൻ എന്നുമൊപ്പമുള്ള ഡോ. പി. ചിദംബരൻ സാർ, പ്രൊഫ. ബി. ചന്ദ്രിക ടീച്ചർ, ഡോ.എസ്. ശോഭനടീച്ചർ എന്നിവരെ പ്രത്യേകം ഓർക്കുന്നു. ഏറെ തിരക്കുകൾക്കിടയിൽ നിന്ന് പ്രൗഢമായ അവതാരിക കുറിച്ചുതരികയും മാർഗനിർദ്ദേശങ്ങളുമായി എപ്പോഴും കൂടെ നിൽക്കുകയും ചെയ്യുന്ന പ്രിയപ്പെട്ട സുനിൽ പി. ഇളയിടം മാഷിന് സ്നേഹം. ഏറ്റെടുക്കേണ്ട ദൗത്യങ്ങളെക്കുറിച്ച് നിരന്തരമോർമ്മിപ്പിക്കുകയും എന്നും ചേർത്തുനിർത്തുകയും ചെയ്യുന്ന കേളുവേട്ടൻ പഠന ഗവേഷണകേന്ദ്രം ഡയറക്ടർ കെ.ടി. കുഞ്ഞിക്കണ്ണേട്ടൻ വിലപ്പെട്ട തന്റെ സമയത്തിൽ നിന്നും കുറച്ചുനേരം ഈ പുസ്തകത്തിനു നൽകി. പഠനമെഴുതി തന്ന കെ.ടി.യ്ക്ക് നന്ദി. അധ്യാപകർ എന്നതിലുപരി സൗഹൃദത്താൽ കെട്ടിപ്പിടിക്കുന്ന സജയ് കെ.വി, ഡോ. നിഷാദ്. ടി.എസ്. എന്നിവരെ ഈ പുസ്തകം പുറത്തിറങ്ങുമ്പോൾ സ്നേഹത്തോടെ ഒപ്പം ചേർക്കുന്നു. ഏതു പാതിരാവിലും വിളിക്കാവുന്ന നിരുപാധികമായ സ്നേഹമായിരുന്നു ഡോ. പ്രദീപൻ പാമ്പിരിക്കുന്ന് മാഷ്. മാഷിന്റെ ശരീരം വിടപറഞ്ഞു. എങ്കിലും എപ്പോഴും കൂടെ, എഴുത്തുകാരനും ആക്ടിവിസ്റ്റുമായ എം.എം. സോമശേഖരന്റെ (എഡിറ്റർ) 'ഭഗവദ്ഗീത: പല കാലം പല കാഴ്ചകൾ' എന്ന പുസ്തകം മലയാളത്തിൽ വന്നിട്ടുള്ള ഗീതാപഠനങ്ങളിൽ പ്രധാനപ്പെട്ട ഒന്നാണ്. പ്രസ്തുത കൃതി ഈ പുസ്തകരചനയ്ക്ക് ഏറെ സഹായകരമായിട്ടുണ്ട്. സോമശേഖരേട്ടന് നന്ദി.

പ്രസാധനമേറ്റെടുത്ത ഇൻസൈറ്റ് പബ്ലികയ്ക്കും നന്ദി. ഭഗവദ്ഗീതയെ, അതിന്റെ ചരിത്രത്തെ തൊടാനുള്ള ചെറിയൊരു കൊതിയാണ് ഈ പുസ്തകത്തിനു പിന്നിൽ. ഈ കൊതിയെ മനസറിഞ്ഞ് സ്വീകരിക്കുമല്ലോ.

●

ഗീതയുടെ വ്യാവഹാരികചരിത്രം

സുനിൽ പി. ഇളയിടം

ഒന്ന്

ഒരു ആധ്യാത്മികഗ്രന്ഥം എന്നനിലയിൽ നിന്ന് അതിവിപുലമായ ഒരു വ്യവഹാരത്തിന്റെ പദവിയിലേക്കുള്ള *ഭഗവദ്ഗീത*യുടെ സഞ്ചാരത്തിന്റെ കഥയാണ് ബിനീഷ് പുതുപ്പണം ഈ പുസ്തകത്തിൽ അനാവരണം ചെയ്യുന്നത്. ചരിത്രത്തിന്റെ പലപല പടവുകൾ പിന്നിട്ട് നാമിപ്പോൾ അറിയുകയും ആദരിക്കുകയും വിമർശിക്കുകയും ഒക്കെ ചെയ്യുന്ന അനന്യമായ ഒരു പാഠത്തിന്റെ പദവിയിലേക്ക് *ഭഗവദ്ഗീത* പരിണമിച്ചെത്തിയതെങ്ങനെ എന്ന് വിശദീകരിക്കാനാണ് മുഖ്യമായും ഇത് ശ്രമിക്കുന്നത്. സഹസ്രാബ്ദങ്ങൾ പിന്നിട്ട ഈ ചരിത്രസഞ്ചാരം *ഭഗവദ്ഗീത*യെ പുതുക്കിപ്പണിതതുപോലെ, ചരിത്രത്തിന്റെ സവിശേഷസന്ദർഭങ്ങൾക്ക് അർത്ഥവും അനുഭവവും പ്രദാനം ചെയ്യുന്നതിൽ ഗീത പങ്കുചേരുകയും ചെയ്തു. പാഠത്തിന്റെ ചരിത്രപരമായ ഉള്ളടക്കത്തെയെന്നപോലെ, ചരിത്രത്തെ നിർണ്ണയിക്കുന്ന പാഠജീവിതത്തിന്റെയും മാതൃകയാണ് *ഭഗവദ്ഗീത* എന്നർത്ഥം. ഈ പരസ്പര വിനിമയങ്ങളുടെ ചരിത്രം ആരായാനാണ് ബിനീഷിന്റെ ഗ്രന്ഥം ശ്രമിക്കുന്നത്.

ഗീതാപഠനങ്ങൾക്ക് മലയാളത്തിൽ ഒട്ടും കുറവില്ല. വ്യാഖ്യാനങ്ങളും വിശകലനങ്ങളും തത്ത്വവിചാരവും മറ്റുമായി എണ്ണമറ്റ രചനകൾ ഗീതയെ മുൻനിർത്തി നമ്മുടെ ഭാഷയിൽ ഉണ്ടായിട്ടുണ്ട്. പദ്യത്തിലും ഗദ്യത്തിലുമായി ധാരാളം പരിഭാഷകളും ഉണ്ടായി. ശങ്കരാചാര്യർ മുതൽ തിലകനും ഗാന്ധിജിയും വിനോബയും അംബേദ്കറും കൊസാംബിയും വരെയുള്ളവരുടെ ഗീതാഭാഷ്യങ്ങളുടെയും പഠനങ്ങളുടെയും പരിഭാഷകളും മലയാളത്തിലുണ്ട്. ആ നിലയിൽ ഗീതാവിജ്ഞാനത്തിന്റെ വിപുലമായ ഒരു ലോകം മലയാളവായനാസമൂഹത്തിന് ഇതിനകം കൈവന്നു കഴിഞ്ഞിട്ടുണ്ട്. ഗീതയെ മുൻനിർത്തിയുള്ള, വിഭിന്നവും പലപ്പോഴും പരസ്പരവിരുദ്ധവുമായ, ആശയസംവാദങ്ങളുടെ ലോകം മലയാളത്തിന് അത്രയൊന്നും അപരിചിതമല്ല എന്നർത്ഥം.

ഗീതാപഠനങ്ങളുടെ ഈ പൊതുധാരയിൽ നിന്ന് അടിസ്ഥാനപരമായി വ്യത്യാസമുള്ള ഒന്നാണ് ബിനീഷ് പുതുപ്പണത്തിന്റെ ഗ്രന്ഥം. നിലവിലുള്ള നിരവധി ഗീതാവ്യാഖ്യാനങ്ങളുടെ പട്ടികയിൽ തന്റേതായി ഒരു പുതിയ വ്യാഖ്യാനം കൂടി എഴുതിച്ചേർക്കാനല്ല ബിനീഷ് ശ്രമിക്കുന്നത്. ഒരർത്ഥത്തിൽ അത്തരമൊരു വ്യാഖ്യാനത്തിന് ഏറെയൊന്നും സാംഗത്യമില്ല എന്നുപോലും പറയാവുന്നത്ര വിപുലമാണ് മുകളിൽ സൂചിപ്പിച്ച ഗീതാവ്യാഖ്യാനങ്ങളുടെ ലോകം. ആ വിപുലശേഖരത്തിലേക്ക്, തന്റെ ആത്മപ്രകാശനമെന്ന നിലയിൽ പുതിയ ഒരു വ്യാഖ്യാനം കൂടി ഉൾച്ചേർക്കുവാൻ ബിനീഷ് മുതിരുന്നില്ല. പകരം, ഈ കുറിപ്പിന്റെ തുടക്കത്തിൽ സൂചിപ്പിച്ചതുപോലെ, ഒരു പാഠം എന്നതിൽനിന്ന് സവിശേഷമായൊരു വ്യവഹാരത്തിന്റെ പദവിയിലേക്ക് ഗീത എത്തിപ്പെടുന്നതിനെക്കുറിച്ചാണ് ബിനീഷ് ആരായുന്നത്. വിഭിന്ന ചരിത്രസന്ദർഭങ്ങളിൽ പരസ്പരഭിന്നങ്ങളായ അർത്ഥങ്ങൾ ആർജ്ജിക്കുകയും, ആ അർത്ഥപരിവേഷങ്ങളെ പാഠജീവിതത്തിൽ സന്നിവേശിപ്പിക്കുകയും ചെയ്ത ഒരു രചനയാണ് *ഭഗവദ്ഗീത*. *ഭഗവദ്ഗീത*യുടെ ഉള്ളടക്കത്തെക്കുറിച്ചുള്ള ചർച്ചകളിൽ സാധാരണയായി ചൂണ്ടിക്കാണിക്കാറുള്ളതുപോലെ നാനാതരം ചിന്താപാരമ്പര്യങ്ങൾ - സാംഖ്യവും യോഗവും മുതൽ ബൗദ്ധചിന്തവരെ - കൂടിക്കലർന്ന ഒരു ആശയമണ്ഡലമാണ് ഗീതയിലേത്. അതിന് സമാനമായ രീതിയിൽ വ്യത്യസ്തങ്ങളും, ചിലപ്പോഴൊക്കെ പരസ്പരവിരുദ്ധം പോലുമായ അർത്ഥപരിവേഷങ്ങളാൽ പൂരിതമായ ജീവിതമാണ് *ഭഗവദ്ഗീതയ്ക്ക്* ഇപ്പോഴുള്ളത്. ഈ ആർത്ഥികമണ്ഡലത്തിന് പുറത്ത്, തീർത്തും ശുദ്ധവും സ്വതന്ത്രവും കലർപ്പില്ലാത്തതുമായ ഒരു പാഠമായി ഗീത നിലനിൽക്കുന്നില്ല എന്നതാണ് യാഥാർത്ഥ്യം. അത്തരമൊരു പരിശുദ്ധി കേവലസ്ഥാനത്തു നിലയുറപ്പിച്ചുകൊണ്ട് നമുക്ക് ഗീത വായിക്കാനാവുകയുമില്ല. ഇങ്ങനെ, ഗീതയെ വലയം ചെയ്യുന്ന അർത്ഥമണ്ഡലത്തെ ചരിത്രപരവും വ്യാവഹാരികവുമായി വിശദീകരിക്കാനുള ശ്രമമാണ് ബിനീഷ് പുതുപ്പണം ഈ ഗ്രന്ഥത്തിൽ നടത്തുന്നത്. ഗീതാപാരായണത്തിലൂടെ നാം കൈവരിക്കുന്ന അർത്ഥാനുഭവങ്ങളെ ചരിത്രവത്കരിക്കാനുള്ള ശ്രമം എന്നതിനെ പ്രാഥമികമായി വിശദീകരിക്കാം. പലകാലങ്ങളിലൂടെയുള്ള ഗീതയുടെ ചരിത്രസഞ്ചാരത്തെ, തെരഞ്ഞെടുത്ത പാഠഭാഗങ്ങൾ മുൻനിർത്തി അവതരിപ്പിക്കുന്ന എം.എം. സോമശേഖരന്റെ ഗ്രന്ഥം മാറ്റിവച്ചാൽ ഇങ്ങനെയൊരു പരിശോധന മലയാളത്തിൽ കാര്യമായി നടന്നിട്ടില്ല എന്നാണെന്റെ ധാരണ. ആ നിലയിൽ മലയാളത്തിലെ ഗീതാപഠനങ്ങളുടെ ചരിത്രത്തിൽ ശ്രദ്ധേയമായ ഒരു സ്ഥാനം ഈ പുസ്തകം കൈവരിക്കുന്നുണ്ട്.

രണ്ട്

ഹിന്ദുമതത്തിന്റെ സാരസർവ്വസ്വം എന്ന പദവിയാണ് ഗീതയ്ക്ക് സാമാന്യബോധത്തിൽ ഇപ്പോഴുള്ളത്. ഗീതാശിബിരങ്ങളും ഗീതായജ്ഞങ്ങളും മുതൽ എണ്ണമറ്റ വ്യാഖ്യാന - വിവർത്തനങ്ങൾ വരെയുള്ള ആവിഷ്കാരങ്ങൾ ഗീതയെക്കുറിച്ച് രൂപപ്പെടുത്തിയ ധാരണയുടെ ആകെത്തുക ഇത്തരമൊന്നാണ്. ഇന്ത്യയിലെ ആത്മീയവിചാരത്തിന്റെ സംഗ്രഹസ്ഥാനമായും ചിലപ്പോഴൊക്കെ അത് പരിഗണിക്കപ്പെടാറുണ്ട്. ഇത്രമേൽ വലിയ പരിവേഷമുണ്ടെങ്കിലും ഗീതയുടെ ചരിത്രജീവിതത്തിലുടനീളം അതിന് ഇതേ പദവി ഉണ്ടായിരുന്നില്ല എന്നതാണ് യാഥാർത്ഥ്യം. ക്രിസ്തുവർഷം മൂന്ന്-നാല് നൂറ്റാണ്ടുകളിലാണ് ഗീത അതിന്റെ പൂർണ്ണരൂപം കൈവരിച്ചതെന്നാണ് ചരിത്രപഠിതാക്കൾ പൊതുവെ കരുതുന്നത്. ഹിന്ദുമതം എന്നിപ്പോൾ പൊതുവായി വിവരിക്കപ്പെട്ടുവരുന്ന ബ്രാഹ്മണമതത്തിന്റെ അടിസ്ഥാനങ്ങളെല്ലാം അതിനും നൂറ്റാണ്ടുകൾ മുമ്പേതന്നെ നിലവിൽ വന്നു കഴിഞ്ഞിരുന്നു. ക്രിസ്തുവർഷം ഒൻപതാം നൂറ്റാണ്ടിൽ ശങ്കരൻ വേറിട്ടൊരു പാഠമായി എടുത്ത് ഭാഷ്യം ചമയ്ക്കുന്നതുവരെ ഗീതയ്ക്ക് സ്വതന്ത്രവും സംവിശേഷവുമായ പദവിയൊന്നും ഉണ്ടായിരുന്നില്ല എന്നതാണ് യാഥാർത്ഥ്യം. ശങ്കരഭാഷ്യത്തിനുശേഷവും മഹാഭാരതഭാഗം എന്നതിനപ്പുറമുള്ള പരിഗണനയൊന്നുമില്ലാതെ ഗീത ചില നൂറ്റാണ്ടുകൾ കൂടി നിലനിന്നിരിക്കണം. ആനന്ദവർധനന്റെ ധ്വന്യാലോകം ഗീതകൂടി ഉൾക്കൊള്ളുന്ന മഹാഭാരതത്തെ ശാന്തരസപ്രധാനമായ കാവ്യമായി വിലയിരുത്തുന്ന കാര്യം പ്രൊഫ. എൻ.വി.പി. ഉണിത്തിരി ചൂണ്ടിക്കാട്ടിയിട്ടുണ്ട്. മഹാഭാരതത്തിന് ഒരു മതഗ്രന്ഥത്തിന്റെയോ, ഗീതയ്ക്ക് സവിശേഷമായ ഒരു ദാർശനികഗ്രന്ഥത്തിന്റെയോ പദവി കൈവരാത്ത ഒരു കാലയളവിന്റെ അടയാളമാണ് അതെന്ന് അദ്ദേഹം പറയുന്നു. അതുപോലെ ഒൻപതാം നൂറ്റാണ്ടിലെതന്നെ ശാന്തരക്ഷിതന്റെ *തത്ത്വസംഗ്രഹം ഗീത*യെക്കുറിച്ച് പരാമർശിക്കുന്നില്ല എന്ന വസ്തുത അംബേദ്കറും ചൂണ്ടിക്കാണിക്കുന്നുണ്ട്. അക്കാലം വരെയുള്ള ഇന്ത്യൻ ചിന്തയുടെ ചരിത്രമായി രചിക്കപ്പെട്ട കൃതിയാണത്. അതിൽ ഗീത ഇടം പിടിക്കുന്നില്ല. പതിനൊന്നാം നൂറ്റാണ്ടിൽ പ്രമുഖ സംസ്കൃത ആലങ്കാരികനായ മഹിമഭട്ടൻ 'യദായദാഹി ധർമ്മസ്യ' എന്ന, പിൽക്കാലത്ത് അതിപ്രസിദ്ധമായിത്തീർന്ന ഗീതാശ്ലോകത്തിൽ പൗനരുക്ത്യം എന്ന കാവ്യദോഷം കണ്ടെത്തുന്ന കാര്യവും ഉണിത്തിരിമാഷ് ചൂണ്ടിക്കാണിക്കുന്നുണ്ട്. കാവ്യദോഷങ്ങൾക്ക് ഉദാഹരണം കണ്ടെത്താവുന്ന വിധത്തിൽ സാധാരണമായ ഒരു ഗ്രന്ഥത്തിന്റെ പദവിയേ അന്ന് ഗീതയ്ക്ക് ഉണ്ടായിരുന്നുള്ളൂ എന്നാണിതിനർത്ഥം. അതുപോലെ,

ഇന്ത്യയിലെതന്നെ ശൈവ, ശാക്തേയ പാരമ്പര്യത്തിന്റെ വക്താക്കൾ എപ്പോഴെങ്കിലും *ഭഗവദ്ഗീതയ്ക്ക്* ആധികാരികപദവി നൽകിയിരുന്നില്ല എന്ന കാര്യവും ഇതോടൊപ്പം ശ്രദ്ധിക്കേണ്ടതാണ്.

ഭഗവദ്ഗീതയുടെ ചരിത്രജീവിതത്തിന്റെ സവിശേഷമായ ഈ പ്രകൃതം നാമിപ്പോൾ പൊതുവെ ശ്രദ്ധിക്കാറില്ല. ഗീതയെ വലയം ചെയ്ത അതിഭൗതിക പരിവേഷം മാറ്റിവച്ച് ശ്രദ്ധിച്ചാൽ കോളണീകരണത്തിന്റെയും ആധുനികതയുടെയും സന്ദർഭത്തിലാണ് അതിന് നാമിന്ന് കാണുന്ന വിപുലമായ പദവിയും പ്രാധാന്യവും കൈവന്നതെന്ന് വ്യക്തമാവും. മധ്യകാലശതകങ്ങളിൽ അദ്വൈതവും വിശിഷ്ടാദ്വൈതവും മുതൽ ദ്വൈതവും ദ്വൈതാദ്വൈതവും വരെയുള്ള വിഭിന്ന പാരമ്പര്യങ്ങളിൽ പെട്ട ധാരാളം വ്യാഖ്യാനങ്ങൾ *ഗീതയ്ക്കുണ്ടായി.* ആനന്ദജ്ഞാനഗിരിയുടെ *ഗീതാഭാഷ്യവിവേചനം*, ശ്രീധരസ്വാമികളുടെ *സുബോധിനി*, മധുസൂദനസരസ്വതിയുടെ *ഗൗഢാർത്ഥദീപിക*, അഭിനവഗുപ്തന്റെ *ഗീതാർത്ഥസംഗ്രഹം*, രാമാനുജന്റെയും മധ്വന്റെയും *ഗീതാഭാഷ്യങ്ങൾ*, വല്ലഭാചാര്യന്റെ *തത്ത്വദീപിക* എന്നിങ്ങനെ അനവധി ഗീതാവ്യാഖ്യാനങ്ങൾ പതിനൊന്നാം നൂറ്റാണ്ടു മുതൽ രചിക്കപ്പെടുന്നുണ്ട്. എങ്കിലും പതിനെട്ടും പത്തൊമ്പതും നൂറ്റാണ്ടുകളിൽ അരങ്ങേറിയ പൗരസ്ത്യവാദവ്യവഹാരവും, പിന്നാലെ അതിനെക്കൂടി സ്വാംശീകരിച്ച ദേശീയവാദവും ചേർന്നാണ് *ഭഗവദ്ഗീതയെ* ഇന്ത്യയുടെ ദേശീയ ആത്മീയപാഠമായി ഉയർത്തിയത്. അതുവരെ ഒറ്റതിരിഞ്ഞ ഒരു പാഠത്തിന്റെ പദവിയിൽ ഭിന്നപാരമ്പര്യങ്ങൾക്കുള്ളിലായിരുന്ന *ഗീത* നിലയുറപ്പിച്ചത്. ആ ഭിന്നപാരമ്പര്യങ്ങൾക്കും ബഹുസ്വരമായ പാഠജീവിതത്തിനും മുകളിൽ ഏകാത്മകമായ ദേശീയപാഠപദവിയിലേക്ക് *ഗീത* ഉയർന്നുവരുന്നത് ആധുനികതയോടൊപ്പമാണ്.

ഇങ്ങനെ മനസ്സിലാക്കിയാൽ, താരതമ്യേന, പ്രാചീനമായ ഒരു ഗ്രന്ഥമായിരിക്കെത്തന്നെ ആധുനികമായ പദവിയും പാഠജീവിതവുമാണ് *ഭഗവദ്ഗീതയ്ക്ക്* ഉള്ളത് എന്ന് കാണാനാവും. ആധുനികമായ ഈ പദവിയുടെയും പാഠജീവിതത്തിന്റെയും നിർമ്മാണചരിത്രത്തിന്റെ അനാവരണം എന്ന് ബിനീഷിന്റെ രചനയെ വിശേഷിപ്പിക്കാം. ഉൽഭവചരിത്രത്തെയും, പിന്നാലെ വന്ന പലനൂറ്റാണ്ടുകളിലെയും ചരിത്രജീവിതത്തെ മറികടക്കുന്ന പദവിമൂല്യത്തിലേക്ക് ആധുനികതയോടൊപ്പം ഈ ഗ്രന്ഥം എങ്ങനെ സഞ്ചരിച്ചെത്തി എന്ന് ബിനീഷ് ഇവിടെ വിശദീകരിക്കുന്നു. പാഠജീവിതത്തിനും അർത്ഥാനുഭവങ്ങളുടെ രൂപപ്പെടലിനും പിന്നിലുള്ള ചരിത്രപരമായ വലിയ പ്രേരണകളിലേക്ക് നമ്മുടെ കാഴ്ചയെ കൂട്ടിക്കൊണ്ടുപോകുന്നു.

മൂന്ന്

*ഭഗവദ്ഗീത*യുടെ ഈ നിലയിലുള്ള ചരിത്രജീവിതത്തെ അനാവരണം ചെയ്യാനുള്ള ശ്രമങ്ങൾ ഒട്ടും പുതിയതല്ല. മലയാളത്തിൽ അത്തരം ശ്രമങ്ങൾ കാര്യമായില്ലെങ്കിലും ഇംഗ്ലീഷിൽ പ്രതിവർഷം പല പുസ്തകങ്ങൾ ഈ നിലയിൽ പുറത്തുവരുന്നുണ്ട്. ലോകത്തെ മികച്ച സർവ്വകലാശാലകളിൽ നിന്നും വർഷംതോറും ഇതേതരം പ്രബന്ധങ്ങളും ഗ്രന്ഥങ്ങളും പുറത്തുവന്നുകൊണ്ടേയിരിക്കുന്നു എന്നതാണ് യാഥാർത്ഥ്യം. കേംബ്രിഡ്ജ് സർവ്വകലാശാലാപ്രസ്സ് പ്രസിദ്ധീകരിച്ച *കർമ്മപഥത്തിലെ രാഷ്ട്രീയചിന്ത* (*Political Thought in Action: The Bhagavad Gita and Modern India*), ഓക്സ്ഫോർഡ് സർവ്വകലാശാലാപ്രസ്സ് പ്രസിദ്ധീകരിച്ച *ഭഗവദ്ഗീത ആധുനിക വായനക്കാർക്ക്* (*The Bhagavad Gita for the Modern Readers*), പ്രിൻസ്റ്റൻ സർവ്വകലാശാലാപ്രസ്സ് *മഹത്തായ മതഗ്രന്ഥങ്ങളുടെ ജീവിതം (Lives of Great Religious Books*) എന്ന പരമ്പരയുടെ ഭാഗമായി പ്രസിദ്ധീകരിച്ച *ഭഗവദ്ഗീത: ജീവചരിത്രം* (*Bhagavad Gita: A Biography*) തുടങ്ങിയ ഗ്രന്ഥങ്ങൾ കഴിഞ്ഞ മൂന്ന് വർഷക്കാലയളവിനുള്ളിൽ ഈ രൂപത്തിൽ പുറത്തുവന്ന പ്രധാന ഗീതാപഠനങ്ങളാണ്. ഇതര പ്രസാധനസ്ഥാപനങ്ങളും പഠനകേന്ദ്രങ്ങളും ഇതുപോലുള്ള ഗ്രന്ഥങ്ങൾ പുറത്തുകൊണ്ടുവരുന്നുണ്ട് എന്നതുകൂടി പരിഗണിച്ചാൽ പിന്നിട്ട ഒരു നൂറ്റാണ്ടിനിടയിൽ ഗീതാപഠനങ്ങളുടെ ഒരു ബൃഹദ്ശേഖരം തന്നെ ലോകത്തിന്റെ നാനാഭാഗങ്ങളിലായി രൂപം കൊണ്ടിട്ടുണ്ട് എന്ന് എളുപ്പം വ്യക്തമാകും.

വിപുലമായ ഈ ഗീതാവിജ്ഞാനത്തിന്റെ വഴിയിലൂടെയാണ് ബിനീഷ് പുതുപ്പണം തന്റെ ഗ്രന്ഥവുമായി സഞ്ചരിക്കുന്നത്. ഈ പുസ്തകത്തിലെ വിവിധ അധ്യായങ്ങളിലായി വിവിധതരം ഗീതകളെക്കുറിച്ചും, ഗീതയുടെ മധ്യകാല വ്യാഖ്യാനങ്ങളെക്കുറിച്ചും, ഇന്ത്യൻ സ്വാതന്ത്ര്യസമരത്തിൽ *ഗീത* വഹിച്ച പങ്കിനെക്കുറിച്ചുമെല്ലാം ബിനീഷ് ചർച്ചചെയ്യുന്നുണ്ട്. ബാലഗംഗാധര തിലകൻ, മഹാത്മാ ഗാന്ധി, അരവിന്ദഘോഷ്, ബങ്കിംചന്ദ്രചാറ്റർജി, വിനോബ തുടങ്ങിയവരുടെ ഗീതാവ്യാഖ്യാനങ്ങൾ സാമാന്യം വിശദമായിതന്നെ ബിനീഷ് അവിടെ പരിശോധിക്കുന്നു. *ഗീത*യുടെ ചരിത്രജീവിതം ആരായുന്ന പഠനങ്ങളുടെ പൊതുസമ്പ്രദായമാണത്. എന്നാൽ ഈ ഗ്രന്ഥത്തിലെ 'പത്രങ്ങളിലൂടെ വളർന്ന *ഗീത*', '*ഭഗവദ്ഗീത* സമരസംഘടനകളിൽ' എന്നീ ഭാഗങ്ങളിൽ ചർച്ചചെയ്യുന്ന ആശയങ്ങൾ ഗീതാപഠനങ്ങൾ പലപ്പോഴും പരിഗണനയ്ക്കെടുത്തവയാണ്. വാസ്തവത്തിൽ *ഗീത*യുടെ വ്യാവഹാരികചരിത്രത്തിന്റെ നിർമ്മിതിയിൽ

വ്യാഖ്യാനങ്ങളെപ്പോലെയോ, ഒരുപക്ഷേ അതിനേക്കാളധികമായിതന്നെയോ, സ്വാധീനം ചെലുത്തിയ ഘടകങ്ങളാണ് ഇത്തരം ഭൗതികാസ്പദങ്ങൾ. ഗീതാവ്യാഖ്യാനങ്ങളുടെ വ്യാപനം മാത്രമല്ല അവയിലൂടെ നടന്നത്. *ഗീത*യെ ഒരു ദേശീയപാഠത്തിന്റെ പദവിയിലേക്കു കൊണ്ടുവരുന്ന വിപുലമായ പ്രയോഗക്രമത്തിന്റെ അതിപ്രധാന ഘടകങ്ങളായിരുന്നു അത്തരം ശ്രമങ്ങൾ. അവയെക്കൂടി പരിഗണിക്കുകയും, *ഗീത*യുടെ ചരിത്രജീവിതത്തിന്റെ പടവുകളുമായി അതിനെ കൂട്ടിയിണക്കുകയും ചെയ്യുമ്പോഴേ *ഗീത*യുടെ വ്യാവഹാരിക ജീവിതം ശരിയായി തെളിഞ്ഞുവരൂ. ആ വഴിക്കുള്ള ശ്രമങ്ങൾ കൂടി നടത്തുന്നു എന്നത് ബിനീഷിന്റെ ഗ്രന്ഥത്തിന്റെ മികവുകളിലൊന്നാണ്.

*ഗീത*യുടെ ജീവിതചരിത്രത്തിൽ നിർണ്ണായക സ്ഥാനമുള്ള ഒരു പ്രസ്ഥാനം തിയോസഫിക്കൽ സൊസൈറ്റിയാണ്. ഗീതാവിവർത്തനങ്ങൾ ലോകമെമ്പാടും എത്തിക്കുന്നതിലും *ഗീത*യുടെ ആശയലോകത്തെ ക്രമപ്പെടുത്തുന്നതിലും ആ പ്രസ്ഥാനം വഹിച്ച പങ്ക് വളരെ വലുതായിരുന്നു. ബിനീഷ് തന്റെ പഠനത്തിൽ തിയോസഫിക്കൽ സൊസൈറ്റിയെക്കുറിച്ച് പരാമർശിക്കുന്നുണ്ടെങ്കിലും കുറെക്കൂടി വിപുലമായ ഒരു ചർച്ച ആ പ്രമേയം ആവശ്യപ്പെടുന്നുണ്ട് എന്നാണ് എന്റെ തോന്നൽ. അതുപോലെ, *ഗീത*യുടെ മധ്യകാല വ്യാഖ്യാനങ്ങളെക്കുറിച്ചുള്ള ആലോചനകളും കുറെക്കൂടി വിശദമായി അവതരിപ്പിക്കാവുന്നതാണ്. കഴിഞ്ഞ ഒരു നൂറ്റാണ്ടിനിടയിൽ, നൂറുകണക്കിന് ഗ്രന്ഥങ്ങളിലായി ചർച്ചചെയ്യപ്പെട്ട ആശയങ്ങളെല്ലാം ഒരു ഗ്രന്ഥത്തിൽ സംഗ്രഹിക്കുക പ്രയാസകരമാണെങ്കിലും ഈ രണ്ടു പ്രമേയങ്ങൾക്കും സവിശേഷപ്രാധാന്യമുള്ളതിനാൽ അത് സൂചിപ്പിക്കുന്നു എന്നു മാത്രമേയുള്ളൂ. വരാനിരിക്കുന്ന ആലോചനകളിൽ ബിനീഷിന് ഈ ഭാഗം കൂടി തന്റെ ആലോചനകൾക്ക് വിഷയമാക്കാവുന്നതാണ് എന്നു മാത്രം ഇപ്പോൾ പറയട്ടെ.

ഏതുനിലയിലും, മലയാളത്തിലെ ഗീതാപഠനങ്ങളുടെ ചരിത്രത്തിലെ പ്രധാന സ്ഥാനങ്ങളിലൊന്നായി ബിനീഷ് പുതുപ്പണത്തിന്റെ പുസ്തകം നിലകൊള്ളും എന്നാണ് ഞാൻ കരുതുന്നത്. ഏകവും അഖണ്ഡവുമായ ഒരു പാഠമായി പരിഗണിച്ച് അതിന് അർത്ഥവും വിശദീകരണവും ചമയ്ക്കുന്ന പാഠപാരായണങ്ങളുടെ പരമ്പരയെ മറികടന്ന്, അർത്ഥനിർമ്മാണത്തിന്റെ പ്രകരണത്തെയും ചരിത്രത്തെയും അനാവരണം ചെയ്യുകവഴി *ഗീത*യെ വലയം ചെയ്യുന്ന അതിഭൗതിക പരിവേഷത്തെ മറികടക്കാനാണ് ബിനീഷ് ശ്രമിക്കുന്നത്. നമ്മുടെ ഭാഷയിലെ ഗീതാജ്ഞാനവും നമ്മുടെ സമകാലിക ചരിത്രസന്ദർഭവും

ഒരുപോലെ ആവശ്യപ്പെടുന്ന ദൗത്യമാണ് അത്. അത്തരമൊരു ചുമതല ഏറ്റെടുത്തതുവഴി ബിനീഷ് പുതുപ്പണം മലയാളത്തിന്റെ വൈജ്ഞാനികജീവിതത്തിനും ജനാധിപത്യ സംസ്കൃതിക്കും വലിയ സംഭാവനയാണ് നൽകുന്നത്. ജനാധിപത്യവത്കരണത്തിനുള്ള ഏറ്റവും പ്രബലമായ വൈജ്ഞാനികോപാധി ചരിത്രവത്കരണം തന്നെയാണ്. *ഭഗവദ്ഗീത* എന്ന മഹാഗ്രന്ഥത്തിന്റെ കാര്യത്തിലും യാഥാർത്ഥ്യം മറ്റൊന്നല്ല.

●

ഭഗവദ്ഗീതയുടെ ചരിത്രവും സാമൂഹ്യദർശനവും

കെ.ടി.കുഞ്ഞിക്കണ്ണൻ

ബിനീഷ് പുതുപ്പണം എഴുതിയ 'ഭഗവദ്ഗീത: മതവും മതേതര വിചാരവും' എന്ന ഈ പുസ്തകം ഭഗവദ്ഗീതയുടെ ചരിത്രത്തെയും ദർശനത്തെയും കുറിച്ചുള്ള ശ്രദ്ധേയമായൊരു ഒരു പഠനമാണ്. ഭാരതീയ ദർശനങ്ങളുടെ ജ്ഞാനമീമാംസയെന്ന് വിവക്ഷിക്കുന്ന ഉപനിഷത്തുകൾക്കും ബ്രഹ്മസൂത്രത്തിനുമൊപ്പം ചേർക്കപ്പെട്ട കൃതിയായിട്ടാണ് ഭഗവദ്ഗീത പരിഗണിക്കപ്പെടുന്നത്. പൗരാണിക ദർശനങ്ങളിലും പുരാണ ഇതിഹാസങ്ങളിലുമായി ചിതറിക്കിടക്കുന്ന അനേകം ഗീതകങ്ങളുണ്ട്. എന്നാൽ മഹാഭാരതം ഭീഷ്മപർവ്വത്തിലെ 700 ശ്ലോകങ്ങളടങ്ങിയ ഭഗവദ്ഗീതക്ക് മറ്റെല്ലാ ഗീതകങ്ങളേക്കാൾ പ്രാധാന്യമുണ്ട്.

ഗീതയുടെ കർമ്മത്തെയും ജ്ഞാനത്തെയും ഭക്തിയെയും സംബന്ധിച്ച വിവരണങ്ങൾക്കപ്പുറം ഭഗവദ്ഗീത കടന്നുപോയ സാഹചര്യങ്ങളെയും ചരിത്രത്തെയുമാണ് ബിനീഷ് ഈ കൃതിയിൽ പ്രധാനമായും പരിശോധനാവിധേയമാക്കുന്നത്. വ്യത്യസ്ത ദർശനങ്ങളുടെ സമന്വയവും സമഗ്രതയും എന്ന രീതിയിൽ ഗീതാദർശനത്തിന്റെ സത്തയെയാണ് ബിനീഷ് ഈ കൃതിയിലൂടെ അപഗ്രഥിക്കുവാൻ ശ്രമിക്കുന്നത്.

ഇന്ത്യൻ ചരിത്രത്തെയും ദർശനത്തെയും പഠിക്കാനും മനസ്സിലാക്കാനുമായി ഉയർന്നുവന്ന ഓറിയന്റലിസ്റ്റ് പഠനങ്ങളെ സാമാന്യമായി ഈ പുസ്തകത്തിൽ വിവരിച്ചുപോകുന്നു. ഗീതയുടെ തത്വചിന്താപരവും രാഷ്ട്രീയവും ചരിത്രാത്മകവുമായ വ്യാഖ്യാനങ്ങൾ അനവധിയാണ്. വിവേകാനന്ദൻ, ടാഗോർ, തിലകൻ, ബങ്കിംചന്ദ്രചാറ്റർജി, അരബിന്ദോ, മഹാത്മാഗാന്ധി, നെഹ്റു, ബിനോബാഭാവെ, അംബേദ്കർ, ഡോ.എസ്.രാധാകൃഷ്ണൻ തുടങ്ങി നിരവധി ചിന്തകർ ഗീതയെ വ്യാഖ്യാനിച്ചിരിക്കുന്നു. തങ്ങളുടെ ദാർശനികവും പ്രായോഗികവുമായ പ്രവർത്തനങ്ങളുടെ ഭാഗമായിട്ടാണ് അത്തരം വ്യാഖ്യാനങ്ങളെല്ലാം ഉണ്ടായത്.

ചരിത്രത്തെയും സംസ്കാരത്തെയും രൂപപ്പെടുത്തിയ ഭൗതിക ബന്ധങ്ങളെയും സാഹചര്യങ്ങളെയും സംബന്ധിച്ച വിശകലനമാണ് മാർക്സിസം ചരിത്രപരമായ ഭൗതികവാദത്തിലൂടെ മുന്നോട്ടുവെച്ചത്. ഡി.ഡി.കൊസാംബിയുടെ 'ഭഗവദ്ഗിതയുടെ സാമൂഹ്യപശ്ചാത്തല'ത്തെ സംബന്ധിച്ച പഠനമാണ് ഭഗവദ്ഗീതാപഠനങ്ങളിൽ ഏറ്റവും ശ്രദ്ധേയമായിട്ടുള്ളത്. നമ്മുടെ സംസ്കാരത്തെയും അതിന്റെ ഈടുവെപ്പുകളായിട്ടുള്ള സാഹിത്യത്തെയും ദർശനങ്ങളെയുമെല്ലാം നിർണയിച്ച സാമൂഹ്യബന്ധങ്ങളെയും ശക്തികളെയും നിർദ്ധാരണം ചെയ്തുകൊണ്ടേ ചരിത്രത്തെ ശരിയായരീതിയിൽ മനസ്സിലാക്കാൻ കഴിയൂ. ഹിന്ദുത്വ പ്രത്യയശാസ്ത്ര പ്രബോധനത്തിനുള്ള ഉപകരണമാക്കി പുരാണേതിഹാസങ്ങളെയും പൗരാണിക ദർശനങ്ങളെയും അധഃപതിപ്പിക്കുന്ന വർത്തമാന സാഹചര്യത്തിൽ ചരിത്രത്തെയും സംസ്കാരത്തെയും ശരിയായി മനസ്സിലാക്കുകയെന്നത് വളരെ പ്രധാനമാണ്. ആ ദിശയിലുള്ള ഒരു ധൈഷണിക ഇടപെടലാണ് ബിനീഷിന്റെ ഭഗവദ്ഗീതയെക്കുറിച്ചുള്ള ഈ പഠനമെന്നുപറയാം.

മഹാഭാരതത്തിലെ കേന്ദ്രകഥാംശമായ കുരുക്ഷേത്രയുദ്ധം സന്ദേശിക്കുന്നത് ബലവും ജയവുമാണ് ആദർശത്തെ നിർണ്ണയിക്കുന്നത് എന്നാണ്. എവിടെ എപ്പോഴൊക്കെ ധർമ്മത്തിന് ആപത്ത് സംഭവിക്കുന്നുവോ അപ്പോഴൊക്കെ താനവിടെ അവതരിക്കുമെന്നാണല്ലോ ഭഗവദ്ഗീതയിൽ ഭഗവാൻ കൃഷ്ണൻ പ്രഖ്യാപിക്കുന്നത്. അഹിംസയുടെ വിശിഷ്ടതയെക്കുറിച്ച് ആവർത്തിച്ചുകൊണ്ടുതന്നെ രക്തപങ്കിലമായ യുദ്ധപ്രേരണകളുള്ള ആഹ്വാനമാണ് ഗീതയിൽ കൃഷ്ണൻ നടത്തുന്നത്.

'യുദ്ധത്തിൽ കൊല്ലപ്പെടുന്നതായാലോ സ്വർഗ്ഗം ലഭിക്കാം, ജയിക്കുന്നതായാലോ രാജ്യം അനുഭവിക്കാം'(ഗീത 2..37, ഡി.ഡി. കൊസാംബിയുടെ ഭഗവദ്ഗീതയുടെ സാമൂഹ്യസാമ്പത്തികവശങ്ങൾ എന്ന കൃതിയിൽ ഉദ്ധരിച്ചത്) ഇത്തരം ഗീതാവചനങ്ങൾ ആദർശാത്മകതയെയല്ല അധികാരത്തിനുവേണ്ടിയുള്ള ശുദ്ധ പ്രയോജനാത്മകതയേയാണ് അനാവരണം ചെയ്യുന്നത്. ആഹ്വാനങ്ങളും ആമന്ത്രണങ്ങളും രാജാക്കന്മാരുടെയും നേതാക്കന്മാരുടെയും പ്രഖ്യാപനങ്ങളും വഴി യുദ്ധത്തിന് പ്രേരിപ്പിക്കുന്ന രീതി ചരിത്രത്തിൽ എല്ലായിടത്തും പതിവുള്ളതാണ്. അഹിംസയുടെ മഹത്വം പറഞ്ഞുകൊണ്ടുതന്നെ ഹിംസാത്മകമായൊരു യുദ്ധത്തിന് അർജ്ജുനനെ പ്രേരിപ്പിക്കുന്ന വളരെയേറെ പ്രായോഗികമായ വചനപ്രഘോഷണമാണ് ഗീതാകാരൻ നടത്തുന്നത്.

മഹാഭാരതത്തിലെ ഭീഷ്മപർവ്വത്തിലെ ഒരു ഭാഗമായിട്ടാണ് ഭഗവദ്ഗീത എന്ന ഗ്രന്ഥം കരുതപ്പെടുന്നതെന്ന് സൂചിപ്പിച്ചല്ലോ.

മഹാഭാരതമെന്ന അതിബൃഹത്തായ ഒരു ഇതിഹാസകാവ്യത്തിന്റെ ഭാഗമെന്ന പരിഗണനയേക്കാൾ ഒരു സ്വതന്ത്രകൃതിയായിട്ടാണ് ഗീതയെ എല്ലാവരും കണക്കാക്കുന്നത്. ഭഗവദ്ഗീതയുടെ സാമൂഹ്യ സാമ്പത്തിക പശ്ചാത്തലത്തെ ചരിത്രപരമായി നിരൂപണം ചെയ്ത കൊസാംബി ഭഗവദ്ഗീത രൂപംകൊണ്ട ചരിത്രസാഹചര്യത്തെ ആഴത്തിൽതന്നെ വിശകലനവിധേയമാക്കുന്നുണ്ട്. ഉൽപാദനഉപാധികളെയും ബന്ധങ്ങളെയും അവയുടെ വികാസപരിണാമങ്ങളെയും കുറിച്ചുള്ള പഠനമാണല്ലോ ചരിത്രം എന്നുള്ളത്. ഇതിഹാസങ്ങളും പുരാണങ്ങളും അവതരിപ്പിക്കുന്ന അമാനുഷികദൈവങ്ങളെയും അവയുടെ മായാവിലാസങ്ങളെയും അത്തരം മിത്തുകൾ രൂപപ്പെടുത്തിയ സാമൂഹ്യസാമ്പത്തിക സാഹചര്യങ്ങളുടെ പഠനത്തിലൂടെ വിശദീകരിക്കാനാണ് കൊസാംബി ശ്രമിച്ചിട്ടുള്ളത്. മഹാഭാരതം എന്ന ഇതിഹാസകൃതി ഇന്നത്തെ രൂപത്തിൽ ക്രമപ്പെടുത്തിയെടുത്തത് ബി.സി.രണ്ടായിരാം നൂറ്റാണ്ടിലായിരിക്കാമെന്നാണ് പലപണ്ഡിതന്മാരും അഭിപ്രായപ്പെട്ടിട്ടുള്ളത്. മഹാഭാരതത്തിന്റെ യഥാർത്ഥമായ ഉൽഭവം അതിനുമെത്രയോ നൂറ്റാണ്ടുകൾക്ക് മുമ്പായിരിക്കും. അത് എ.ഡി.10–ാം നൂറ്റാണ്ടിനും ബി.സി.6–ാം നൂറ്റാണ്ടിനും ഇടയിലെപ്പോഴോ ആയിരിക്കാം.

മഹാഭാരതത്തെക്കുറിച്ചുള്ള ശാസ്ത്രീയ പഠനങ്ങളെല്ലാം ഒരേപോലെ ചൂണ്ടിക്കാട്ടുന്നത് രക്തബന്ധാടിസ്ഥാനത്തിലുള്ള കുലഗോത്രവ്യവസ്ഥ തകർച്ചയെ നേരിട്ടുകൊണ്ടിരുന്ന ഒരു ചരിത്രഘട്ടത്തിലാണ് മഹാഭാരതത്തിലെ ഇതിവൃത്തകഥ രൂപപ്പെടുന്നതെന്നാണ്. കുരുക്ഷേത്രമാണല്ലോ മഹാഭാരത കഥയുടെ കേന്ദ്രപശ്ചാത്തലം. അവിടെ ധൃതരാഷ്ട്രരുടെയും പാണ്ഡുവിന്റെയും പുത്രന്മാർ രണ്ട് ചേരികളായി തിരിഞ്ഞ് രാജ്യാധികാരത്തിനുവേണ്ടി പോരടിക്കുന്നതാണ് കേന്ദ്രകഥാംശം. പാണ്ഡവരും കൗരവരും യുദ്ധസജ്ജരായി മുഖാമുഖം നിരന്നുനിൽക്കുന്നതിനിടയിലാണ് ഗീത പിറവിയെടുക്കുന്നത്. യുദ്ധത്തിനൊരുങ്ങി ആയുധധാരിയായി പടക്കളത്തിലെത്തിയ അർജ്ജുനനെ, താൻ യുദ്ധം ചെയ്ത് വധിക്കേണ്ടത് തന്റെതന്നെ അഭിവന്ദ്യപിതാമഹനെയും ഗുരുക്കന്മാരെയും സഹോദരന്മാരെയുമാണെന്ന തിരിച്ചറിവ് ധർമ്മസങ്കടത്തിലാക്കുന്നു. ഈ പ്രിയപ്പെട്ടവരെയെല്ലാം വധിച്ചിട്ട് തിനിക്ക് രാജ്യാധികാരം വേണ്ടെന്നുപറഞ്ഞ് അർജ്ജുനൻ അസ്ത്രശസ്ത്രാദികൾ താഴെയിട്ട് തേർതട്ടിൽ വിഷാദകലുഷനായിരിക്കുന്നു.

ധർമ്മസങ്കടങ്ങളുടെയും കുടുംബസ്നേഹത്തിന്റെയും വിഷാദാവസ്ഥയിൽപെട്ട അർജ്ജുനനെ കൃത്യാന്തരബോധമുളവാക്കാൻ

വേണ്ടി പാർത്ഥസാരഥിയായ ഭഗവാൻ കൃഷ്ണൻ ഉപദേശിച്ചതാണ് 18 അധ്യായങ്ങളും 700 ശ്ലോകങ്ങളുമുള്ള ഭഗവദ്ഗീത. പരസ്പരം പൊരുത്തപ്പെടാത്തവയെ പൊരുത്തപ്പെടുത്തുന്ന എന്ന് തോന്നിപ്പിക്കുന്നതിലാണ് ഗീതയുടെ ഉപയുക്തത എന്നാണ് കൊസാംബി നിരീക്ഷിക്കുന്നത്. യഥാർത്ഥത്തിൽ ഹിന്ദുമതരാഷ്ട്രവാദികൾക്ക് സ്വീകാര്യമായ കുടിലതയാണ് ഗീതോപദേശത്തിന്റെ അടിസ്ഥാനംതന്നെയെന്നുപറയാം. മഹാഭാരതകഥയിലെ ധർമ്മനിഷ്ഠയുടെ മൂർത്തരൂപമായിട്ടാണ് ഗാന്ധാരിയെ വ്യാസൻ അവതരിപ്പിക്കുന്നത്. നിഷ്കളങ്കമായ മനസ്സിന്റെ ഉടമയായ ഗാന്ധാരി കുരുക്ഷേത്രയുദ്ധത്തിലെ മഹാപാതകങ്ങൾക്കുത്തരവാദിയായ കൃഷ്ണനോട് പറയുന്നത് 'ഇത്ര കുടിലത്വമുണ്ടായൊരുത്തനെ പൃഥിയിലെങ്ങുമേ കണ്ടീലാ' എന്നാണ്. കുരുക്ഷേത്രയുദ്ധം മുഴുക്കെ ചതിയും വഞ്ചനകളുമാണ്. ഭീഷ്മരെയും ദ്രോണരെയും ശല്യരെയുമെല്ലാം പാണ്ഡവർ ജയിക്കുന്നത് കൃഷ്ണനൊരുക്കുന്ന ചതികളിലൂടെയാണ്.

രാജ്യാധികാരത്തിനുവേണ്ടി പ്രിയപ്പെട്ടവരെ കുരുക്ഷേത്രത്തിൽ കൊന്നുകൂട്ടാൻ വിസമ്മതിക്കുന്ന അർജ്ജുനന്റെ മനസ്സിലെ സ്നേഹത്തിന്റെയും ആദർശനിഷ്ഠയുടെയും അവസാനത്തെ കണികയും പ്രക്ഷാളനം ചെയ്യാനാണ് ഗീതോപദേശത്തിലൂടെ ഭഗവാൻ കൃഷ്ണൻ ശ്രമിച്ചത്. ഇവിടെയും ഗീതാകാരന്റെ കുടിലതകളെല്ലാം ന്യായീകരിക്കപ്പെടുന്നത് അവതാരകഥയും ദേവതാസങ്കൽപവുമായി ബന്ധപ്പെടുത്തിയാണല്ലോ. അർജ്ജുനന്റെ ആശങ്കകളെയും വൈമനസ്യത്തെയും കൃഷ്ണൻ കഴുകിക്കളയുന്നത് 'നീയൊരു നിമിത്തം മാത്രമാണ്'' എന്ന പുണ്യപാപസങ്കൽപ്പങ്ങളെ മറികടക്കുന്ന ഉപദേശം വഴിയാണ്. യുദ്ധോത്സുകമായ ദൈവപ്രഘോഷണംവഴി അർജ്ജുനനെ പടക്കളത്തിലേക്ക് കുതിപ്പിക്കാനാണ് കൃഷ്ണൻ ഗീതോപദേശത്തിലൂടെ ശ്രമിച്ചത്. അത് അർജ്ജുനനെ ബോധ്യപ്പെടുത്താനായി കൃഷ്ണൻ വിശ്വരൂപപ്രദർശനം തന്നെ നടത്തുന്നുണ്ട്.

ഗീത 11-ാം അധ്യായത്തിൽ ഇരുഭാഗത്തുമുള്ള യോദ്ധാക്കളെല്ലാം ഭീമാകാരനായൊരു വിഷ്ണു(കൃഷ്ണൻ)വിന്റെ നിരവധി വായകളിലേക്ക് തകർക്കപ്പെടാനായി കുതിക്കുന്നത് ഭയചകിതനായ അർജ്ജുനൻ ദർശിക്കുന്നുണ്ട്. ഈ രാക്ഷസദൈവം തന്നെ അതിന്റെ ഗുണപാഠവും ചൂണ്ടിക്കാണിക്കുന്നുണ്ട്. ഗീത 11..3-ൽ പടക്കളത്തിലേക്കുള്ള എല്ലാ യോദ്ധാക്കളെയും യഥാർത്ഥത്തിൽ ഞാൻ നശിപ്പിച്ചുകഴിഞ്ഞിട്ടുണ്ട്. അവരെ കൊല്ലുക എന്ന അർജ്ജുനന്റെ കൃത്യം സമ്പന്നമായൊരു രാജ്യം കൈവശപ്പെടുത്താൻ അനുഷ്ഠിക്കേണ്ട ഒരു ഔപചാരികത മാത്രമാണെന്നാണ് കൃഷ്ണൻ അർജ്ജുനന് ധൈര്യവും ആവേശവും പകർന്ന് ഉപദേശം നടത്തുന്നത്.

എല്ലാ നിഷ്ഠുരതകളെയും തീവ്രആത്മീയതയിൽ സാധൂകരിക്കുന്നതിനായി ഗീത 2..19-ലെ ശ്ലോകങ്ങളിൽ പറയുന്നത്; കൊല്ലുക എന്നതും കൊല്ലപ്പെടുക എന്നതും അസാധ്യമാണെന്നാണ്. പഴയവസ്ത്രങ്ങളുപേക്ഷിച്ച് മനുഷ്യൻ പുതുവസ്ത്രങ്ങൾ സ്വീകരിക്കുന്നതുപോലെ ആത്മാവ് ജരബാധിച്ച ശരീരത്തെ വെടിഞ്ഞ് പുതിയ ഒന്ന് സ്വീകരിക്കുകയാണ് അതിനെ ആയുധങ്ങൾക്ക് ഛേദിക്കാനാവില്ല. അഗ്നിക്കോ കൊടുങ്കാറ്റിനോ ബാധിക്കാനാവില്ല. ഭഗവദ്ഗീത അത് സ്വയം ഉദ്ഘോഷിക്കുന്ന ദൈവസമ്പൂർണതക്ക് പുറത്ത് സംക്രമിപ്പിക്കുന്ന ഏക ആദർശം ചാതുർവർണ്യാധിഷ്ഠിതമായ മൂല്യങ്ങളാണ്.

ചുരുക്കിപ്പറഞ്ഞാൽ ഭഗവദ്ഗീതയുടെ ഉദ്ബോധനം ഗുരുഭക്തിയും കുലസ്നേഹവുമെല്ലാം വെടിഞ്ഞ് ക്ഷത്രിയധർമ്മം നിർവ്വഹിക്കണമെന്നതാണ്. ക്ഷത്രിയന്റെ പരമമായ ധർമ്മം ചാതുർവർണ്യമനുസരിച്ച് യുദ്ധം ചെയ്യുകയും ജയിക്കുകയുമെന്നതാണ്. ഡി.ഡി.കൊസാംബി നിരീക്ഷിക്കുന്നത് ഉപരിവർഗത്തിനുവേണ്ടി ബ്രാഹ്മണർ തയ്യാറാക്കിയതാണ് ഗീതയെന്നാണ്. ബ്രാഹ്മണാധികാരത്തിലധിഷ്ഠിതമായ ഫ്യൂഡൽ മൂല്യങ്ങളാണ് ഗീത ധർമ്മമായി ഉപദേശിച്ചിട്ടുള്ളത്. ഗീത 9..32-ൽ കൃഷ്ണൻ തന്നെ പറയുന്നത് നോക്കൂ; 'അല്ലയോ പാർത്ഥ, നികൃഷ്ടമായ ജന്മമുള്ളവരായി ആര് ഭവിക്കുന്നുവോ, അതായത് സ്ത്രീകൾ, വൈശ്യന്മാർ, ശൂദ്രർ തുടങ്ങിയവർ, അവരും എന്നെ ശരണം പ്രാപിച്ച് പരമമായ ഗതിയെ പ്രാപിക്കുന്നു.'

അതായത് അദ്ധ്വാനിക്കുന്ന വർഗ്ഗത്തിൽപെട്ട ദളിതരും സ്ത്രീകളും ജന്മനാ അശുദ്ധരാണെങ്കിലും ഇഹത്തിൽ അവരെ നീചജന്മങ്ങളായ സൃഷ്ടിച്ച ദൈവത്തിൽ വിശ്വസിച്ചാൽ അവർക്കും മരണാനന്തരം മുക്തിനേടാം. ബ്രാഹ്മണ മേധാവിത്വാധിഷ്ഠിതമായ ചാതുർവർണ്യത്തിന്റെ കർതൃത്വവും ഗീതാകാരൻ ഏറ്റെടുക്കുന്നുണ്ട്. ഗീത 4..3-ൽ 'ചാതുർവർണ്യം മയാസൃഷ്ടം' എന്നാണ് പ്രഖ്യാപിച്ചിരിക്കുന്നത്.

ഭഗവദ്ഗീതക്ക് പലതരം വ്യാഖ്യാനങ്ങളും സ്വീകരണങ്ങളും ഉണ്ടായിട്ടുണ്ട്. ബ്രാഹ്മണാധികാരത്തിന്റെ ഹിംസക്കും അശ്ലീലകരമായ യജ്ഞസംസ്കാരത്തിനുമെതിരെ ബുദ്ധദർശനങ്ങൾ ഉയർത്തിയ വെല്ലുവിളിയെ തോൽപ്പിച്ച ശങ്കരാചാര്യരാണ് ഗീതയുടെ ആദ്യഭാഷ്യമെഴുതിയത്. ഗീതയുടെ ജ്ഞാനസന്യാസയോഗങ്ങളെയും ഭക്തിയോഗത്തെയും മോക്ഷസാധകമായി പരിഗണിക്കുന്നതായിരുന്നു ശങ്കരന്റെ ഭാഷ്യം. വർണാശ്രമധർമ്മത്തെ ദൃഢീകരിക്കുന്നതിന് ശങ്കരാചാര്യർ തന്റെ അദ്വൈതദർശനം വഴി കിണഞ്ഞ് ശ്രമിക്കുകയുണ്ടായി. ശ്രീനാരായണഗുരു ജാതിവ്യവസ്ഥയെ ന്യായീകരിക്കാനുള്ള ശങ്കരന്റെ ശ്രമങ്ങളെ കളിയാക്കി പറഞ്ഞത് ശങ്കരാചാര്യർ

ബുദ്ധികൊണ്ട് ഏറെ പറന്നുവെന്നാണ്. മറാഠി സാമൂഹ്യപരിഷ്കർത്താവായ ജ്ഞാനേശ്വർ മറ്റൊരുതരത്തിലാണ് ഗീതയെ വീക്ഷിച്ചത്. അദ്ദേഹത്തിനുമുമ്പ് വൈഷ്ണവാചാര്യനായ രാമാനുജത്തെയും ഗീത വലിയരീതിയിൽ പ്രചോദിപ്പിച്ചിരുന്നു.

പിൽക്കാലത്ത് ബാലഗംഗാധരതിലകനും മഹാത്മാഗാന്ധിയും സ്വാതന്ത്ര്യസമരത്തിനുവേണ്ടി ജനങ്ങളെ അണിനിരത്താനായി തങ്ങളുടേതായ രീതിയിൽ ഗീതയെ ഉപയോഗിച്ചു. ഇന്ത്യൻ ജനതയെ കർമ്മോന്മുഖമാക്കി വിദേശഭരണം അവസാനിപ്പിക്കുക എന്നതായിരുന്നു തിലകന്റെ ഗീതാവ്യാഖ്യാനത്തിന്റെ അടിസ്ഥാനവും ഉപയുക്തതയും. ഗാന്ധിജിയും വിരുദ്ധദർശനങ്ങളുടെയും ജനസമൂഹങ്ങളുടെയും സമന്വയത്തിനുള്ള ഉപയുക്തത ഗീതയിൽ കണ്ടെത്തിയിരുന്നു.

ഇതിൽനിന്നെല്ലാം വ്യത്യസ്തവും അങ്ങേയറ്റം പ്രതിലോമപരവുമാണ് ഹിന്ദുരാഷ്ട്രവാദികളുടെ ഗീതാപ്രേമം. ഗോൾവാൾക്കർ വിചാരധാരയിൽ നമ്മുടെ ധർമ്മം ഹിന്ദുധർമ്മമാണെന്നും ഹിന്ദുധർമ്മമെന്നാൽ ചാതുർവർണ്യമാണെന്നും വ്യക്തമാക്കിയിട്ടുണ്ട്. ഗോൾവാൾക്കർ എഴുതിയിരിക്കുന്നത്; 'നമ്മുടെ ജനങ്ങളാണ് നമ്മുടെ ദൈവം എന്ന് പൂർവ്വപിതാക്കൾ നമ്മോട് പറഞ്ഞു... എന്നിട്ട് സർവ്വശക്തൻ സ്വയം പ്രത്യക്ഷപ്പെടുന്ന വിരാട് പുരുഷനാണ് ഹിന്ദുജനതയെന്ന് അവർ പറഞ്ഞു. അവർ ഹിന്ദു എന്ന പദം ഉപയോഗിച്ചിരുന്നില്ലെങ്കിൽ പുരുഷസൂക്തത്തിൽ താഴെകൊടുത്തവിധം സർവ്വശക്തനെക്കുറിച്ച് നൽകുന്ന വിവരണത്തിൽ നിന്ന് അത് വ്യക്തമാണ്...

ബ്രാഹ്മണോസ്യമുഖമാസിദ് ബാഹുരജന്യഃകൃതഃ

ഊരു തദസ്യയദ് വൈശ്യഃ പദ്ഭ്യാം ശൂദ്രോ അജായത (ബ്രാഹ്മണൻ തലയാണ്, രാജാവ് ബാഹുക്കളും വൈശ്യ ഊരുക്കളും ശൂദ്രൻ പാദങ്ങളുമാണ്) ഈ ചതുർവിധ വ്യവസ്ഥയുള്ള ജനത, അതായത് ഹിന്ദുജനതയാണ് നമ്മുടെ ദൈവം എന്നാണിതിന്റെ അർത്ഥം.' ഈ ചാതുർവർണ്യാധിഷ്ഠിതമായ വിരാട്പുരുഷസങ്കൽപത്തിനനുസൃതമായ സമാജപുരുഷ സങ്കൽപം വളർത്തിയെടുക്കുകയാണ് ഹിന്ദുരാഷ്ട്രവാദികളുടെ ലക്ഷ്യമെന്ന് വിചാരധാരയിൽ സംശയലേശ്യമന്യേ ഗോൾവാൾക്കർ വ്യക്തമാക്കുന്നുണ്ട്.

ചാതുർവർണ്യാധിഷ്ഠിതമായ മൂല്യങ്ങളുടെ പുനരുജ്ജീവനത്തിനാണ് ഭഗവദ്ഗീതയും മഹാഭാരതവും രാമായണവും പാഠ്യപദ്ധതിയിൽ ഉൾപ്പെടുത്തണമെന്ന് നിക്ഷിപ്തതാല്പര്യക്കാർ വാദിച്ചുകൊണ്ടിരിക്കുന്നത്. അത്തരമൊരു വിപൽക്കരമായ സന്ദർഭത്തിലാണ് ഗീതയെയും അതിന്റെ ദർശനസമഗ്രതയെയും മനസ്സിലാക്കാനുള്ള ശ്രമങ്ങൾ പ്രസക്തമാകുന്നത്. തിലകന്റെ ഗീതാവാഖ്യാനം ഉൾപ്പെടെ

നമ്മുടെ ദേശീയ പ്രസ്ഥാനത്തെ സ്വാധീനിച്ച ഗീതാദർശനങ്ങൾ എങ്ങനെയാണ് പിൽക്കാല ഹിന്ദുത്വരാഷ്ട്രീയത്തിന്റെ വളർച്ചക്ക് മണ്ണൊരുക്കിക്കൊടുത്തത് എന്നതടക്കമുള്ള സൂക്ഷ്മവിശകലനങ്ങൾ ആവശ്യപ്പെടുന്ന സന്ദർഭമാണിത്. തീർച്ചയായിട്ടും ഈ കൃതി ആ ഒരു വിമർശനാത്മക ദൗത്യം കൂടിയാണ് നിർവ്വഹിക്കുന്നത്.

അങ്ങേയറ്റം പ്രതിലോമകരമായ ഹിന്ദുത്വ പ്രത്യയശാസ്ത്രവൽക്കരണത്തെ പ്രതിരോധിക്കണമെങ്കിൽ പുരോഗമനശക്തികൾക്ക് ഇത്തരം പഠനങ്ങൾ ഉപയോഗിച്ചേ സാധ്യമാവൂ. പ്രതിലോമപരതയുടെ എല്ലാ ദർശനപദ്ധതികളെയും സംസ്കാരത്തെയും തുറന്നുകാണിച്ചുകൊണ്ടേ അറിവിന്റെ ജനാധിപത്യവൽക്കരണവും സാധ്യമാവൂ. ചരിത്രത്തെയും സംസ്കാരത്തെയും ജനാധിപത്യവൽക്കരിക്കാനുള്ള ധൈഷണിക ഇടപെടലുകൾ വളരെ പ്രധാനമാണ്. അധീശത്വാശയങ്ങൾക്കെതിരായ പ്രത്യധീശത്വബോധനിർമ്മിതിക്കാവശ്യമായ അറിവ് ആർജ്ജിക്കാനുള്ള ഗവേഷണങ്ങളും പഠനങ്ങളും എല്ലാതലങ്ങളിലും ഇന്ന് നടക്കേണ്ടതുണ്ട്. ബിനീഷിന്റെ ഭഗവദ്ഗീതാപഠനം ആ ദിശയിലുള്ള ശ്രമകരമായ ഇടപെടലാണ്.

ലോക സാഹിത്യത്തിൽ ഇടം പിടിച്ച രണ്ട് ഇന്ത്യൻ ഇതിഹാസങ്ങളാണ് രാമായണവും മഹാഭാരതവും. ആര്യൻ ആഗമനത്തിനുശേഷം രചിക്കപ്പെട്ടതെന്നു കരുതപ്പെടുന്ന ഇവയുടെ ഇതിവൃത്തം യുദ്ധമാണ്. രാമായണം അവതാരപുരുഷ നെന്നു വിശ്വസിക്കുന്ന രാമനിലൂടെ സഞ്ചരിച്ച് രാവണവധത്തിൽ പര്യവസാനിക്കുന്നതും ചെറുയുദ്ധവിവരണവുമാണെങ്കിൽ ഏറ്റവും ദുർഘടവും നാശോന്മുഖവുമായ യുദ്ധത്തിന്റെ കഥ തുറക്കുകയായി രുന്നു മഹാഭാരതം. 'ജയസംഹിത' എന്ന് അപരനാമമുള്ള ഈ കൃതി ഏറ്റവും വലിയ ഇതിഹാസമായി ചരിത്രത്തിൽ നിലനിൽക്കുന്നു. ദർശനം, സാഹിത്യം, ചരിത്രം, മനഃശാസ്ത്രം തുടങ്ങി അനേകം വിഷയങ്ങൾ മഹാഭാരതത്തെ അധികരിച്ചുകൊണ്ട് ചർച്ച ചെയ്യപ്പെ ട്ടിട്ടുണ്ട്. മഹാഭാരതത്തിലെ ജനകീയവും മികവുറ്റതുമായ ഭാഗമാണ് ഭീഷ്മപർവ്വത്തിലെ ഭഗവദ്ഗീത. ഇരുപത്തിയഞ്ചുമുതൽ നാല്പത്തിര ണ്ടുവരെയുള്ള (ഭീഷ്മ പർവം). അധ്യായങ്ങളെ മുൻ നിർത്തി പ്രത്യേക മായി ഭഗവത്ഗീതയെ അടർത്തിമാറ്റുകയും പതിനെട്ട് അധ്യായങ്ങ ളാക്കി തിരിക്കുകയും ചെയ്തത് ആരാണെന്ന് ചരിത്രത്തിന് അന്യം. ശങ്കരഭാഷ്യമാണ് ആദ്യത്തേത് എന്നതിനാൽ ശങ്കരാചാര്യരാവാം ഗീതയുടെ ഇന്നുകാണുന്ന ഘടനയുടെ നിർമാതാവ്.

'ഗീത' എന്ന സംജ്ഞ 'ഗാനം' എന്ന അർത്ഥത്തിലാണ് സാധാ രണയായി പ്രയോഗിക്കപ്പെടാറുള്ളത്. ഇന്ത്യൻ ദർശനങ്ങളിലും പുരാണങ്ങളിലും ഇതിഹാസങ്ങളിലും മറ്റു സാഹിത്യ കൃതികളിലു മായി ചിതറിക്കിടക്കുന്ന അനേകം ഗീതകളെ കാണാം. എന്നാൽ

ഭാരതീയ ദർശനങ്ങളുടെ ജ്ഞാനമീമാംസയായ ഉപനിഷത്തുക്കൾ ക്കും ബ്രഹ്മ സൂത്രത്തിനുമൊപ്പം ചേർക്കപ്പെട്ടത് ഭഗവദ്ഗീതയാണ്. യോഗദർശനം, വേദാന്ത ദർശനം, സാംഖ്യദർശനം തുടങ്ങിയവയുടെ സ്ഥൂലവും സൂക്ഷ്മവുമായ ആശയങ്ങൾ ഇഴചേർക്കപ്പെട്ട, ദർശന വൈവിധ്യവും വ്യാപ്തിയുമുള്ള കൃതിയായതുകൊണ്ടാവാം 'പ്രസ്ഥാന ത്രയ'[1]ത്തിന്റെ ഭാഗമാകാൻ ഭഗവദ്ഗീതയ്ക്ക് കഴിഞ്ഞത്. കേവലമായ ഒരു ദർശനത്തിന്റേയോ സിദ്ധാന്തത്തിന്റേയോ പിൻബലത്തിലോ ആശയത്തിലോ ഒതുക്കാവുന്നതല്ല ഗീതാദർശനമെന്ന് സാരം. സാംഖ്യയോഗമീമാംസാദി ആസ്തിക ദർശനങ്ങളോടൊപ്പം തന്നെ ബൗദ്ധദർശനവും ഗീതയിൽ ഇടംപിടിച്ചതായികാണാം. അനേകം ദർശനങ്ങളുടെ കൂട്ടമായി ഗീതയുടെ ഉള്ളടക്കം നിലനിൽക്കുമ്പോഴും സാതാവലേക്കറെപ്പോലുള്ള പണ്ഡിതർ "വേദങ്ങളുടെയും ഉപനിഷ ത്തുക്കളുടെയും സത്തതന്നെയാണ് ഗീതയിലുള്ളതെന്ന്" വാദിക്കു ന്നു.[2] 'ഗീതാധ്യാന'ത്തിൽ തന്നെ 'ഉപനിഷത്ത് സാര സംഗ്രഹമാണ്' ഭഗവദ്ഗീതയെന്ന് സൂചന നൽകുന്നുമുണ്ട്[3] (ഉപനിഷത്തെല്ലാം പൈക്കൾ, ഗോപാലനന്ദൻ തന്നെ കറവക്കാരൻ, ബുദ്ധിമാനായ പാർത്ഥൻ പാൽകുടിക്കുന്നകിടാവ്, കറന്നെടുത്ത പാല് മധുരമേറിയ ഗീതാമൃതം) എന്നാൽ പ്രകൃതി പുരുഷ വർണന, ഗുണത്രയ വിവരണം തുടങ്ങിയവയിലൂടെ സാംഖ്യ ദർശനത്തെയും ധ്യാനയോഗം, രാജ ഗുഹ്യയോഗം, വിഭൂതിയോഗം തുടങ്ങിയവയിലൂടെ യോഗദർശന ത്തെയും കർമ-ജ്ഞാന വിവരണങ്ങളിലൂടെ മീമാംസാവേദാന്താദി ദർശനങ്ങളെയും ഒപ്പം ബൗദ്ധദർശനത്തെയും ഗീതയിലെ പ്രതി പാദന വിഷയമായി കണ്ടെത്താനാകുന്നു. ഇത്തരം ദർശനങ്ങളുടെ സമന്വയവും സമഗ്രതയുമാണ് ഗീതാദർശനത്തിന്റെ കാതൽ.

ഗീതാസാഹിത്യങ്ങൾ

ഗീത എന്നത് ഏതെങ്കിലും ഒരു കൃതിയുടെ പേരല്ല. 'ഗൈ' എന്ന ധാതുവിനൊപ്പം ക്ത, തപ് എന്നീ പ്രത്യയങ്ങൾ ചേർന്നാണ് ഗീതാപദ നിഷ്പത്തി. 'ഗാനം' എന്ന് പൊതുവെ അർത്ഥം വരുന്നതി നാൽ പുരാണ-ഇതിഹാസ-സാഹിത്യസംബന്ധമായ കൃതികളിലെ ല്ലാം ധാരാളം ഗീതകളെ കാണാനാകും. പണ്ഡിതനായ തങ്കസ്വാമി

1 പ്രസ്ഥാനത്രയം : ഉപനിഷത്തുക്കൾ, ബ്രഹ്മസൂത്രം, ഭഗവദ്ഗീത എന്നിവ ചേർത്ത് വിളിക്കുന്നതാണ് പ്രസ്ഥാനത്രയം, ശ്രുതി-സ്മൃതി-സൂത്രം എന്നീ മൂന്ന് പ്രസ്ഥാനങ്ങൾ ഒരുമിക്കുന്നതുകൊണ്ടാണ് ഈ പേര് നിലവിൽ വന്നത്.

2 പുരുഷാർത്ഥബോധിനി ടീക, സ്വാധ്യായ മണ്ഡല, ആമുഖം, പേജ് 4

3 'സർവ്വോപനിഷദോഗാവോ ദോഗ്ധാ ഗോപാലനന്ദന പാർത്ഥോ വത്സഃ സുധീർഭോക്താ ദുഗ്ധം ഗീതാമൃതം മഹത്'

പ്രധാന ഗീതകളെ ക്രോഡീകരിച്ചിരിക്കുന്നത് ഇപ്രകാരമാണ്- അഗസ്ത്യഗീത, അഷ്ടാവക്ര ഗീത, ബോധാനന്ദ ഗീത, ബ്രഹ്മഗീത, (സൂത്രസംഹിത, സ്കന്ദ പുരാണം), യോഗവാസിഷ്ഠത്തിലെ ബ്രഹ്മഗീത, ദത്താത്രേയഗീത, ഈശ്വരഗീത, ഋഭുഗീത, കപിലഗീത, ഗണേശഗീത, ജീവൻമുക്തിഗീത, ജ്ഞാനഗീത, ദേവീഗീത, രാമഗീത, രുദ്രഗീത, വസിഷ്ഠഗീത, ശിവഗീത, ശിവരാമഗീത, ശ്രുതിഗീത, സിദ്ധഗീ ത,സിദ്ധാന്തഗീത, സൂതഗീത, സൂര്യഗീത, ഹംസഗീത, അനുഗീത, ഉത്തരഗീത, ശ്രീമദ് ഭഗവത്ഗീത [4] ഡോ. നീലകണ്ഠനാകട്ടെ 'ഗീത: മഹാഭാരതത്തിലും പുരാണങ്ങളിലും' എന്ന കൃതിയിൽ മഹാഭാര തത്തിലും പുരാണങ്ങളിലുമുള്ള ഗീതകളെ പ്രത്യേകം തരംതിരിച്ച് വിവരിക്കുന്നു.[5]

a. മഹാഭാരതത്തിലെ ഗീതകൾ

അശ്മഗീത, ഉദ്ധ്യഗീത, വാമദേവഗീത, സദ്ജഗീത, സേനാജിത്ത് ഗീത, മങ്കിഗീത, ബോധ്യഗീത, വിചഖ്യഗീത, ഹരിത ഗീത, വൃത്ത ഗീത, പരഗീത, ഹംസഗീത.

b. പുരാണങ്ങളിലെ ഗീതകൾ

വിഷ്ണുപുരാണത്തിലെ യമഗീത, അഗ്നിപുരാണത്തിലെ യമഗീത, പത്മപുരാണത്തിലെ ശിവഗീത.

സ്വാമിശിവാനന്ദ തന്റെ. 'സർവഗീതാസാരം' എന്ന കൃതിയിൽ ഇരുപത്തിയൊമ്പത് ഗീതകളെ നാലു വിഭാഗങ്ങളിലാക്കി വിവ രിക്കുന്നുണ്ട്6. a. ഗുരുഗീത b. പ്രധാനഗീതകൾ -അഷ്ടാവക്രഗീത, അവധൂത ഗീത, ഭഗവദ്ഗീത

c. അനുഗീത, ബ്രഹ്മഗീത, ജനകഗീത, രാമഗീത-. ഋഭുഗീത, സിദ്ധഗീത, ഉത്തരഗീത, വസിഷ്ഠ ഗീത

d. ബകഗീത, ഭിക്ഷുഗീത, ഗോപീഗീത, ഹംസഗീത,ജീവന്മുക്ത ഗീത, കപില ഗീത, നഹുഷ ഗീത, നാരദ ഗീത, പാണ്ഡവഗീത, ഋഷഭഗീത, ശൗനക ഗീത, വേണുഗീത, വ്യാധഗീത, യുധിഷ്ഠിര ഗീത, മോക്ഷ ഗീത. ഇങ്ങനെ അനേകം ഗീതകൾ പലകൃതിക ളിൽ പല വഴികളിൽ ചിതറിക്കിടക്കുമ്പോഴാണ് അവയെയെ ല്ലാം അപ്രസക്തമാക്കിക്കൊണ്ട് ഭഗവദ്ഗീത പ്രധാന ഗീതാ

4 Thanga swami, Advita vedanta Literature, A Bibliographical survey, Unversity of Madrass, 1980, PP 49-64

5 Dr. R. Neelakandha, Gitas in Mahabharata and Puranas, Nag Publishers, Delhi, 1988 pp 24-37

6 Swami Sivananda, Sarvagita sara, A Devine Life society Publication, Up, 1999, p. XI

സാഹിത്യമായി ഉയർന്നുവന്നത്.

ഭഗവദ് ഗീത: രചനാ കാലം

ഭഗവദ് ഗീതയുടെ രചനാകാലത്തെസംബന്ധിച്ചുള്ള തർക്കങ്ങൾക്ക് ഇന്നും അറുതി വന്നിട്ടില്ല. സാംഖ്യദർശനത്തിന്റെയും വേദപാരമ്പര്യത്തിന്റെയും പുനഃക്രമീകരണഫലമായാണ് ഗീതരൂപപ്പെട്ടതെന്നും അതുകൊണ്ടുതന്നെ ബി.സി. മൂന്നാം. നൂറ്റാണ്ടോളം പഴക്കം ഗീതയ്ക്കുണ്ടെന്നും ചിലർ വാദിക്കുന്നു[7]. കെ.ടി തെലാങ്ങ് ക്രി.മു നാലാം നൂറ്റാണ്ടിലേക്ക് ഗീതയുടെ പഴക്കത്തെക്കൊണ്ടെത്തിക്കുമ്പോൾ ജി.എസ്. ഖൈർ ക്രി.മു 700നും 200നുമിടയിലാണ് ഗീതാകാലമെന്നു വിവരിക്കുന്നു[8] ബോധായനന്റെ ഗൃഹ്യസൂത്രത്തിനും ഭാസകാലഘട്ടത്തിനും മുമ്പാണ് ഗീതയുടെ രചനാഘട്ടമെന്ന് ഡോ. എസ്. രാധാകൃഷ്ണൻ അഭിപ്രായപ്പെടുന്നു.[9] ജോൺ.എൽ. ബ്രോക്കിങ്സ്റ്റണാക്കട്ടെ ബി.സി. രണ്ടാംനൂറ്റാണ്ടോളം പിന്നിലേക്ക് ഗീതയുടെ ചരിത്രത്തെ കൊണ്ടെത്തിക്കുന്നു.[10]

എന്നാൽ ഭഗവദ്ഗീത ഏക കർതൃത്വത്തിൽ രൂപപ്പെട്ടതല്ലെന്നും വ്യത്യസ്തരായ എഴുത്തുകാർ വ്യത്യസ്തകാലങ്ങളായി പൂർത്തീകരിച്ച കൃതിയാണെന്നും ഒപ്പം സാംഖ്യമടങ്ങുന്ന ദർശനങ്ങൾ പിൻക്കാലത്ത് കൂട്ടിച്ചേർത്തതാണെന്നും തെളിയിക്കാനാണ് അംബേദ്കർ ശ്രമിച്ചത്.[11]

ഡി.ഡി. കൊസാംബി ഗീതയിലെ ചരിത്രപരമായ ഉള്ളടക്കത്തെ കണക്കിലെടുത്തു കൊണ്ട് എ.ഡി 150 നും 350നും ഇടയിലാണ് ഗീതയുടെ രചനാകാലമെന്ന് നിരീക്ഷിക്കുന്നു.[12] ഇപ്രകാരം ക്രിസ്തുപൂർവവും ക്രിസ്ത്വാനനന്തരവുമായ കാലഗണനകൾക്കിടയിലുള്ള തർക്കങ്ങളിൽ ഗീതയുടെ രചനാകാലം നിലനിൽക്കുന്നു; അത് തുടരുകയും ചെയ്യുന്നു. എന്തു തന്നെയായാലും സാംഖ്യം, യോഗം, മീമാംസ. ബൗദ്ധസിദ്ധാന്തം തുടങ്ങിയ അനേകം, ദർശനങ്ങളുടെ സ്വാധീനം ഗീതയിലുള്ളതിനാൽ ഈ ദർശനങ്ങളുടെയെല്ലാം ഉത്ഭവാനന്തരമാണ് ഭഗവദ് ഗീതയുടെ രചനാകാലമെന്ന് അനുമാനിക്കാം.

---

7 S.L. Seru-Srimad Bhagavadgita p.9

8 Khair Gs- The Quest for the Original Gita, P.VII

9 ഡോ. എസ്. രാധാകൃഷ്ണൻ- ഭാരതീയദർശനം, പേജ് 482

10 John Brockigston, The Bhagavadgita, Text and context pp 21-29

11 അംബേദ്കർ, സമ്പൂർണകൃതികൾ, വോള്യം 7, കേരളഭാഷാഇൻസ്റ്റിറ്റ്യൂട്ട്. പേജ്. 279

12 DD Kasambi, Myth and Reality, p.16

ഗീത: ഭിന്നസ്വരങ്ങളിൽ

പല സന്ദർഭങ്ങളിൽ, പല വഴികളിൽ ഒഴുകിക്കൊണ്ടിരിക്കുന്ന ആശയനദിയാണ് ഭഗവദ്ഗീത, വ്യാഖ്യാനങ്ങൾ, തർജമകൾ, വിവരണങ്ങൾ എന്നിങ്ങനെ എണ്ണിയാലൊടുങ്ങാത്ത എഴുത്തുകൾ ഗീതയെ സംബന്ധിച്ചിട്ടുണ്ട്. ശങ്കരകാലം മുതൽ ഗീതാസ്വരങ്ങൾ സമൂഹത്തിന്റെ ജീവസം ഗീതത്തിൽ ചെന്നു തൊടുന്നു; ഇന്നും അത് തുടരുന്നു.

പ്രസ്ഥാനത്രയ ഭാഷ്യകർത്താവായ ശ്രീ ശങ്കരാചാര്യരുടെ ഭാഷ്യമാണ് ഗീതയ്ക്ക് ആദ്യമായി രൂപപ്പെട്ടതെന്ന് കരുതുന്നു. അദ്വൈത ഭാഷ്യമായി ഇതിനെ പരിഗണിക്കാവുന്നതാണ്. രണ്ടാം അധ്യായത്തിലെ പത്താംശ്ലോകം മുതലാണ് ശങ്കരാചാര്യർ ഗീതയ്ക്ക ഭാഷ്യമെഴുതിയത്. ശ്രീശുകന്റെ ശിഷ്യനും ശങ്കരാചാര്യരുടെ പരമ ഗുരുവുമായ ഗൗഡപാദാചാര്യരുടെ ഗീതാഭാഷ്യത്തെക്കുറിച്ച് പരാമർശമുണ്ടെങ്കിലും തെളിവുകളുടെ അഭാവത്തിൽ ആദ്യവ്യാഖ്യാനം ശങ്കരന്റേതു തന്നെയാണെന്ന് വിശ്വസിച്ചു പോരുന്നു. നിഷ്കാമകർമത്തെയും ഈശ്വരാർപ്പണത്തെയുംകുറിച്ച് പ്രതിപാദിക്കുന്നതോടൊപ്പം തത്ത്വത്തെ അദ്വൈതത്തിലേക്ക് സന്നിവേശിപ്പിക്കാനാണ് ശങ്കരാചാര്യർ ശ്രമിച്ചത്. വൈദിക കർമത്തിലധിഷ്ഠിതമാണ് ഗീത എന്ന വാദത്തെ നിരാകരിക്കുകയും ബൃഹദാരണ്യകം, കഠം, തുടങ്ങിയ ഉപനിഷത്തുകളുമായി ഗീതയെ ബന്ധപ്പെടുത്തുകയും ചെയ്തുകൊണ്ട് ആത്മജ്ഞാനത്തിന്റെ ആവശ്യകതയും പാതയും തുറന്നു കൊടുക്കുകയായിരുന്നു ശങ്കരാചാര്യർ തന്റെ ഭാഷ്യത്തിലൂടെ ചെയ്തത്. ശങ്കരന്റെ ഗീതാഭാഷ്യത്തെ ചുരുക്കിയാൽ അത് ഇപ്രകാരമാണ്-

* ഫലേച്ഛയുള്ള കർമത്താൽ മുക്തി ലഭിക്കുന്നില്ല.
* ജ്ഞാന-കർമ ഭേദത്തിലൂടെ സൂചിപ്പിക്കുന്നത് ഇതാണ്.
* ഗീതയുടെ ആത്യന്തിക നിഗമനം ജ്ഞാനത്താലേ മുക്തി ലഭിക്കൂ എന്നാണ്.

എ.ഡി. എട്ടാം നൂറ്റാണ്ടിനു ശേഷം ഭഗവദ് ഗീതയ്ക്ക് പത്താം നൂറ്റാണ്ടിലാണ് ഭാഷ്യമുണ്ടായതെന്ന്- കരുതപ്പെടുന്നു; അതാകട്ടെ യുമനാചാര്യരുടേതായിരുന്നു. ആളവന്താർ എന്നിറിയപ്പെട്ട

ഇദ്ദേഹം വൈഷ്ണവഭക്തി പ്രസ്ഥാനത്തിന്റെ സുസ്ഥാപകനായിരുന്നു. 'ഗീതാർത്ഥ സംഗ്രഹം' മാത്രമാണ് യമുനാചാര്യരുടെ ഗീതാഭാഷ്യമായി കരുതിപ്പോരുന്നത്. പ്രധാനമായും മുപ്പത്തിരണ്ട് ശ്ലോകങ്ങളാണ് ഇതിലുള്ളത്. ശ്ലോകങ്ങളിലെല്ലാം തന്നെ ആത്മാന്വേഷണവും ആത്മാവിന്റെ പ്രസക്തിയും വെളിവാകുന്നു. എന്താണ് മനുഷ്യകർമം? എന്ന ചോദ്യത്തിന് യമുനാചാര്യർ വ്യക്തമായി മറുപടി നൽകുന്നു- 'ആത്മാവിനെ തിരിച്ചറിയാനുള്ള ശ്രമമാണത്രെ കർമം. ആത്മാവാകട്ടെ പ്രപഞ്ച സ്രഷ്ടാവും സ്ഥിതികാരണവാനും വിനാശകനുമാകുന്നു. എല്ലാ പ്രപഞ്ച ശക്തികളുടെയും മൂലകാരണമാണ് ആത്മാവ്. ഈ സത്യം മനസിലാക്കി മനുഷ്യൻ അവന്റെ ദൈനം ദിന ജീവിതത്തിൽ ഇടപെടണമെന്നും ഈ ഇടപെടലാണ് കർമ വ്യാപാരമെന്നും യമുനാചാര്യർ സൂചിപ്പിക്കുന്നു. ആത്മസാക്ഷാത്ക്കാരം എങ്ങിനെ നേടാമെന്നാണെങ്കിൽ ഭക്തി വഴിതുറക്കുന്നു. ഇപ്രകാരം ഭക്തിയിലൂടെ കർമത്തിലേക്കും കർമത്തിലൂടെ ആത്മജ്ഞാനത്തിലേക്കും ആത്മജ്ഞാനത്തിലൂടെ മോക്ഷത്തിലേക്കുമുള്ള മാർഗ്ഗമാണ് ഗീത ഉപദേശിക്കുന്നത്; ഇതത്രേ ഗീതയുടെ സത്തയും ഇങ്ങനെ ഭക്തി പ്രധാനമായ ഭാഷ്യത്തിലൂടെ യമുനാചാര്യർ സഞ്ചരിച്ചു.

ശങ്കര-യമുനാനന്തരം വിശിഷ്ടാദ്വൈത സ്ഥാപകനും വൈഷ്ണവ ഭക്തി പ്രസ്ഥാനത്തിന്റെ പ്രകീർത്താവുമായ രാമാനുജൻ തന്റെ ഗീതാഭാഷ്യത്തിലൂടെ ഭക്തിയെ ഉയർത്തിക്കാട്ടാനാണ് ശ്രമിച്ചത്. പതിനൊന്നാം നൂറ്റാണ്ടാണ് രാമാനുജന്റെ ഗീതാഭാഷ്യരചനാഘട്ടമെന്ന് കരുതുന്നു. രണ്ടാമധ്യായത്തിലെ ഒമ്പതാം ശ്ലോകം മുതലാണ് രാമാനുജൻ വ്യാഖ്യാനമാരംഭിക്കുന്നത്. കൃഷ്ണനെ കേന്ദ്രബിന്ദുവാക്കിക്കൊണ്ടുള്ളതാണ് ഈ ഭാഷ്യം. അതുകൊണ്ടുതന്നെ യുദ്ധം, കർമം, ഉപദേശം തുടങ്ങിയ കാര്യങ്ങളിൽ നിന്നും വ്യത്യസ്തമായി പരമപുരുഷനായ കൃഷ്ണനെ ബ്രഹ്മമായും പരബ്രഹ്മമായും ചിത്രീകരിക്കുകയാണ് രാമാനുജൻ ചെയ്തത്. വാസുദേവൻ, നാരായണൻ, രാമൻ, ബുദ്ധൻ എന്നിവയെല്ലാം കൃഷ്ണന്റെ വിഭിന്ന നാമങ്ങളാണെന്നും കർമയോഗവും ജ്ഞാനയോഗവും പക്വമാകുന്നതോടുകൂടി ഭക്തിയോഗത്തിലേക്കു തിരിയുന്നു എന്നു വിവരിക്കുന്നതിനൊപ്പം ഭക്തിയോഗത്തിനായി കൃഷ്ണനേയോ അവതാരങ്ങളേയോ സേവിക്കുക മാത്രമാണ് വഴിയെന്നും രാമാനുജൻ അഭിപ്രായപ്പെടുന്നു. ദ്വൈത വേദാന്ത ചിന്താപദ്ധതിയുടെ വക്താവായ മധ്വന്റെ ഗീതാഭാഷ്യവും കൃഷ്ണനെ കേന്ദ്രീകരിച്ചുള്ളതായിരുന്നു. വേദങ്ങളേക്കാൾ പ്രധാന്യം ഭഗവദ്ഗീതയ്ക്കു നൽകിയ മധ്വൻ ശൂദ്രരും ചണ്ഡാലരുമടങ്ങിയ വിഭാഗങ്ങൾക്കു കൂടിയാണ് മഹാഭാരതം എഴുതപ്പെട്ടതെന്നു വാദിക്കുന്നു. വൈഷണവഭക്തി പ്രസ്ഥാനത്തിന് മുതൽക്കൂട്ടായിരുന്ന മധ്വന്റെ

ഭാഷ്യം.

കാശ്മീരി ശൈവമതത്തിൽ പ്രമുഖനായ അഭിനവ ഗുപ്തന്റെ 'ഗീതാർത്ഥ സംഗ്രഹവും' പ്രധാനപ്പെട്ടതാണ്. പാണ്ഡവരും കൗരവരും തമ്മിലുള്ള കുരുക്ഷേത്ര യുദ്ധത്തെ 'വിദ്യയും' 'അവിദ്യയും' തമ്മിലുള്ള മത്സരമായാണ് അദ്ദേഹം വ്യാഖ്യാനിച്ചത്.

പതിമൂന്നാം നൂറ്റാണ്ടിൽ മഹാരാഷ്ട്രയിൽ ജീവിച്ച ജ്ഞാനേശ്വരന്റെ 'ജ്ഞാനേശ്വരി' എന്ന ഗീതാഭാഷ്യവും പ്രസിദ്ധമാണ്. ഗീതയെ ദേവഭാഷയായ സംസ്കൃതത്തിൽ നിന്നും നാടോടിസാഹിത്യത്തിലേക്ക് പരിവർത്തനം ചെയ്യിച്ച എന്നതാണ് ഈ ഭാഷ്യത്തിന്റെ പ്രത്യേകത. ഏറെ എതിർപ്പുകൾ ഇതിന്റെ പേരിൽ ജ്ഞാനേശ്വരൻ അനുഭവിച്ചതായി ഐതിഹ്യങ്ങളുണ്ട്.

ഗീത: ആധുനികതയുടെ ഒച്ചകൾ.

ഭഗവദ്ഗീതയുടെ ആധുനിക ശബ്ദം മുഴങ്ങിക്കേട്ടത് ഇന്ത്യൻ ചരിത്രത്തെയും ദർശനത്തെയും കുറിച്ച് പഠിക്കാനും മനസിലാക്കാനുമായി ഉയർന്നുവന്ന ഓറിയന്റലിസ്റ്റ് വ്യവഹാരങ്ങളിലൂടെയാണ്. വേദങ്ങൾ, ഉപനിഷത്തുകൾ, സംസ്കൃത നാടകങ്ങൾ, കാവ്യങ്ങൾ തുടങ്ങി ഭാരതീയ സാഹിത്യങ്ങളെല്ലാം ഇംഗ്ലീഷടങ്ങുന്ന അനേകം ഭാഷകളിലേക്ക് വിവർത്തനം ചെയ്യപ്പെടുകയുണ്ടായി. 1784 ൽ സർ വില്യം ജോൺസ് സ്ഥാപിച്ച 'ഏഷ്യാറ്റിക് സൊസൈറ്റി ഓഫ് ബംഗാളാ'ണ് ഭഗവദ്ഗീത ആദ്യമായി ഇംഗ്ലീഷിലേക്ക് വിവർത്തനം ചെയ്യാൻ പ്രേരണ നൽകിയത്. തുടർന്ന് 1785ൽ ഗീത ഇംഗ്ലീഷിലേക്ക് വിവർത്തനം ചെയ്യപ്പെട്ടു.[1] ഇതിൽ അന്നത്തെ ഗവർണർ ജനറലായിരുന്ന വാറൻഹേസ്റ്റിങ്ങ്സ് വഹിച്ച പങ്ക് ശ്രദ്ധേയമാണ്. തുടർന്ന് ഫ്രഞ്ച്, ജർമ്മൻ, ജപ്പാനീസ് തുടങ്ങി അനേകം ഭാഷകളിലേക്ക് ഗീത വിവർത്തനം ചെയ്യപ്പെട്ടിട്ടുണ്ട്. 1885ൽ പ്രസിദ്ധീകരിക്കപ്പെട്ട എഡ്വിൻ അർനോൾഡിന്റെ ഗീതയെ സംബന്ധിക്കുന്ന 'സോംഗ് സെലിസ്റ്റ്യൽ' എന്ന കൃതിയും ആംഗലഗീതാ സാഹിത്യത്തിലെ നാഴികക്കല്ലാണ്. ജർമൻകാരനായ റിച്ചാർഡ് ഗാർബൈ ഗീതാദർശനത്തെ വേദാന്ത, സാംഖ്യ, യോഗ ദർശനങ്ങളുമായി ബന്ധപ്പെടുത്താനാണ് ശ്രമിച്ചത്. ഇംഗ്ലീഷ് നോവലിസ്റ്റും നിരൂപകനുമായ ആൽഡസ് ഹക്സിലി, റോബർട്ട് ബ്രൗണിംഗ്, ആനിബസന്റ്, തുടങ്ങി അനേകം പാശ്ചാത്യർ തങ്ങളുടെ ശബ്ദങ്ങൾ ഗീതാപഠനത്തിലൂടെ കേൾപ്പിച്ചിട്ടുണ്ട്.

അക്ബറുടെ ഭരണകാലത്ത് പേർഷ്യൻ ഭാഷയിലേക്കും ഗീത വിവർത്തനം ചെയ്യപ്പെട്ടു. അക്ബറുടെ രാജസദസ്സിലെ പേർഷ്യൻ കവികളായ അബുൾഫസലും, അബുൾ ഫൈസിയുമാണ് ഈ പരിഭാഷയ്ക്കു പിന്നിൽ പ്രവർത്തിച്ചത്. പതിനാറാം നൂറ്റാണ്ടിൽ അബുൾഫസൽ ഗദ്യത്തിലേക്കും ഫൈസി പദ്യത്തിലേക്കുമാണ് വിവർത്തനം നിർവഹിച്ചത്[2] ഇമാനുവൽ കാന്റും റുഡോൾഫും

1 Radhakanal Mukharji- Bhagavadgita beyond the religion, p. 21

2 ibid

ജർമ്മനിയിലേക്കും എമേഴ്സനും എഡ്ജർട്ടനും അമേരിക്കയിലേക്കും തക്കാക്കസുവും സ്യൂചിയും ജപ്പാനിലേക്കും ഗീതയുടെ തരംഗങ്ങളെ സന്നിവേശിപ്പിച്ചു. ഇങ്ങനെ ഗീത നാട്ടുകളിൽ നിന്നും മറ്റു നാട്ടുകളിലേക്ക് സഞ്ചരിച്ചു.

ഇന്ത്യൻ വാനമ്പാടികൾ

ദാർശനികമായും രാഷ്ട്രീയമായും ചരിത്രാത്മകമായുമെല്ലാം ഭഗദ്ഗീത ഇന്ത്യയിൽ വ്യാഖ്യാനിക്കപ്പെട്ടിട്ടുണ്ട്. വിവേകാനന്ദൻ, ടാഗോർ, തിലകൻ, ബങ്കിംചന്ദ്രചാറ്റർജി, അരബിന്ദോ, മഹാത്മഗാന്ധി, നെഹ്റു, വിനോബാഭാവെ, അംബേദ്കർ, ഡോ. എസ്. രാധാകൃഷ്ണൻ, തുടങ്ങി അനേകമനേകം ചിന്തകർ ഗീതയെ തങ്ങളുടെ പ്രവർത്തനങ്ങളുടെ ഭാഗമാക്കി തീർത്തിട്ടുണ്ട്.

ശ്രീരാമകൃഷ്ണ പരമഹംസരുടെ ശിഷ്യനും രാമകൃഷ്ണമിഷന്റെ സ്ഥാപകനുമായ സ്വാമി വിവേകാനന്ദൻ ഭഗവദ്ഗീതയെ തന്റെ പ്രഭാഷണങ്ങളിലും പ്രവർത്തനങ്ങളിലും ഏറെ ഉപയോഗിക്കുകയും ഇന്ത്യക്ക് പുറത്തു ഗീതാസന്ദേശമെത്തിക്കുകയും ചെയ്തു. നിഷ്കാമകർമ്മത്തിനും ലോക സംഗ്രഹത്തിനുമാണ് വിവേകാനന്ദൻ പ്രധാന്യം നൽകിയത്.

'ആനന്ദമഠം' എന്ന നോവലിന്റെ കർത്താവും 'വന്ദേമാതര'ത്തിന്റെ രചയിതാവുമായ ബങ്കിംചന്ദ്ര ചാറ്റർജിയുടെ ഭഗവദ്ഗീതാ വിവർത്തനത്തിന് ബംഗാളിൽ ഗീതയുടെ അലയൊലികൾ സൃഷ്ടിക്കാൻ സാധിച്ചു. ഗീതയ്ക്ക് ഏറ്റവും ശക്തമായ ഭാഷ്യം രചിച്ചത് ബാലഗംഗാധര തിലകനായിരുന്നു. ഗീതയെ അധികരിച്ച് പ്രഭാഷണം നടത്തിയതിന്റെ പേരിൽ ജയിൽവാസമനുഷ്ഠിക്കേണ്ടി വന്ന തിലകൻ മണ്ഡേലെ ജയിലിൽ വെച്ചാണ് 'ശ്രീമദ് ഭഗവദ്ഗീതാ രഹസ്യം' രചിക്കുന്നത്. ദേശീയതയുടെ ഭാഗമാക്കി ഗീതയെ മാറ്റുകയും ഇന്ത്യൻ രാഷ്ട്രീയത്തിലേക്ക് അതിനെ നയിക്കുകയും ചെയ്ത തിലകൻ കർമ്മത്തിന്റെയും കർമത്തിന്റെയും ചരിത്രം സൃഷ്ടിക്കാനാണ് ശ്രമിച്ചത്.

ജീവിതത്തിന്റെ പ്രധാനഘട്ടത്തെ ഗീതാപഠനത്തിനായി മാറ്റിവെച്ച വ്യക്തിയായിരുന്നു അരബിന്ദോ. തീവ്രവാദ പ്രസ്ഥാനവുമായുള്ള ബന്ധമാരോപിച്ച് ജയിൽ ശിക്ഷ അനുഭവിക്കുന്നതിനിടയിലാണ് ഗീതയുമായി/ കൃഷ്ണസന്ദേശവുമായി അരബിന്ദോ ബന്ധം സ്ഥാപിക്കുന്നത്. 'Essays on Gita' എന്ന ബൃഹദ്ഗ്രന്ഥത്തിലൂടെ ഗീതയെ ബൗദ്ധിക മണ്ഡലത്തിനു മുഴുവൻ പരിചയപ്പെടുത്താൻ അരബിന്ദോവിനു കഴിഞ്ഞു.

രാഷ്ട്രപിതാവായ മഹാത്മാഗാന്ധിയുടെ ഗീതാഭാഷ്യം ഏറെ പ്രധാനപ്പെട്ടതാണ്. എഡ്വിൻ ആർനോൾഡിന്റെ സോംഗ് സെലിസ്റ്റ്യൽ എന്ന കൃതിയിലൂടെയാണ് ഗാന്ധിഗീതയിലെത്തിപ്പെടുന്നത്. 'അനാസക്തിയോഗം' എന്ന തന്റെ ഗീതാഭാഷ്യത്തിലൂടെ അനാസക്തിയാണ് ഗീതയുടെ കാതലെന്നും അഹിംസയിലധിഷ്ഠിതമാണ് ഗീതാതത്ത്വമെന്നും ഗാന്ധിജി വ്യാഖ്യാനിച്ചു.

ഗാന്ധിയുടെ ശിഷ്യരിൽ പ്രമുഖനായ വിനോബ ഭാവെയുടെ 'ഗീതാ പ്രവചനം' എന്ന കൃതി ഗീതയെ അഹിംസാ മാർഗത്തിൽ പ്രതിഷ്ഠിക്കാനാണ് ശ്രമിച്ചത്. 'മോഹനിവാരണ' മാണ് ഗീതയുടെ സത്ത എന്ന് ഭാവെ അഭിപ്രായപ്പെട്ടു. മലയാളമടക്കം നിരവധി ഭാഷകളിലേക്ക് ഈ കൃതി വിവർത്തനം ചെയ്യപ്പെട്ടിട്ടുണ്ട്.

ഇന്ത്യൻ ഭരണഘടനയുടെ പിതാവായ ബി.ആർ അംബേദ്കറുടെ ഗീതയെ അധികരിച്ചുള്ള പഠനം ഏറെ വിവാദങ്ങൾക്ക് വഴിതെളിച്ചിട്ടുണ്ട്. ഗുപ്ത രാജാവായ ബാലാദിത്യന്റെ കാലത്താണ് ഗീത രചിക്കപ്പെട്ടതെന്നും അത് പല കാലങ്ങളിൽ പലരാൽ കൂട്ടിച്ചേർക്കപ്പെട്ടകൃതിയാണെന്നും അംബേദ്കർ അനുമാനിക്കുന്നു. വ്യത്യസ്തകാലഘട്ടങ്ങളുടെ ഉല്പന്നമാണ് ഗീത എന്ന നിഗമനത്തിലാണ് അംബേദ്കർ എത്തിപ്പെട്ടത്.

രവീന്ദ്രനാഥ ടാഗോർ, ജവഹർലാൽ നെഹ്റു. രാം മനോഹർ ലോഹ്യ തുടങ്ങി അനേകം ഇന്ത്യൻ രാഷ്ട്രീയ സാംസ്കാരിക നായകന്മാരെ ഗീത ഏറെ സ്വാധീനിച്ചിട്ടുണ്ട്. നെഹ്റുവിന്റെ 'ഇന്ത്യയെകണ്ടെത്തൽ' എന്ന കൃതിയിൽ ഗീതയെ പ്രത്യേകം പരമാർശിക്കുന്നുമുണ്ട്. ഡോ. എസ്. രാധാകൃഷ്ണൻ തത്വചിന്താപരരമായി ഗീതാ പഠനം നടത്തുകയുണ്ടായി. ഭാരതീയ ദർശനം എന്ന വിഖ്യാത കൃതിയിൽ ഗീതയെ പരാമർശിക്കുന്നതോടൊപ്പം തന്നെ 'ഭഗവദ് ഗീത' എന്ന രാധാകൃഷ്ണകൃതിയും ഗീതാ പഠനവൈഭവത്തെ വെളിച്ചത്തുകൊണ്ടുവരുന്നതാണ്.

ഭഗവദ്ഗീതയെ ചരിത്രപരമായി വ്യാഖ്യാനിച്ചവരിൽ പ്രമുഖനനാണ് ഡി.ഡി. കൊസാബി,. 'മിത്തും യാഥാർത്ഥ്യവും' (myth and reality) എന്ന കൃതിയിൽ വളരെ വിശദമായി ഗീതയെക്കുറിച്ച് അദ്ദേഹം പ്രതിപാദിക്കുന്നുണ്ട്. ഗീതയിലെ ആശയലോകത്തിന്റെ ചരിത്രപരമായ ആശയത്തേയും ഭാഷയേയും കണക്കിലെടുത്ത് ക്രിസ്തുവർഷം 150നും 350നും ഇടയിലുള്ള കാലമാണ് ഗീതയുടേത് എന്ന കൊസാംബി അനുമാനിക്കുന്നു. എ.എൽ. ബാഷാം, റൊമിളാഥാപ്പർ തുടങ്ങിയവരും ഗീതാ ചരിത്ര പഠനങ്ങൾക്ക് ഏറെ സംഭാവനകൾ നൽകിയവരാണ്.

ആധുനിക വിവേകാനന്ദൻ എന്നിറിയപ്പെടുന്ന സ്വാമി രംഗനാഥാനന്ദ, ഓഷോരജനീഷ്, വാഗ്ഭടാനന്ദൻ, നടരാജഗുരു, നിത്യചൈതന്യയതി, അബുൾ അലാ മൗദൂതി, മുനിനാരായണ പ്രസാദ്, അലക്സാണ്ടർ മാർത്തോമ, സന്ദീപാനന്ദഗിരി, ഇങ്ങനെ അനേകമനേകമാളുകൾ ഗീതയെ കുറിച്ച് വ്യാഖ്യാനങ്ങളും രചനകളും നടത്തിയിട്ടുണ്ട്.

എണ്ണിയാലൊടുങ്ങാത്തത്രയും വ്യാഖ്യാനങ്ങളും തർജമകളും ഗീതയ്ക്കുണ്ടായിട്ടുണ്ട്. ഇന്ത്യൻ ഇതിഹാസ ചരിത്രത്തെക്കുറിച്ച് പഠനം നടത്തുന്ന ആരും ഗീതയെക്കുറിച്ചും പഠിക്കുന്നു. യോഗ-സാംഖ്യദർശനങ്ങളും, ഉപനിഷത്ത്-വേദാന്ത തത്ത്വങ്ങളുമെല്ലാം ഗീതയിൽ പ്രതിപാദിക്കപ്പെടുന്നതിനാൽ ഇന്ത്യൻ ദർശനങ്ങളുടെ പഠനവും ഗീതാപഠനത്തിലേക്കുള്ള വഴി തുറക്കുന്നു.

പലതായി പടർന്ന ശാഖകൾ

ആധുനികതയുടെ വ്യവഹാര മണ്ഡലങ്ങൾ വ്യാപിക്കുന്നതിനനുസരിച്ച് ഭഗവദ്ഗീതാതത്ത്വങ്ങളും- പലവഴികളിൽ പല തത്ത്വങ്ങളിൽ പടർന്നു സഞ്ചരിക്കുന്നുണ്ട്. മനഃശാസ്ത്രം, വിദ്യാഭ്യാസം, പരിസ്ഥിതി വാദം, തുടങ്ങിയ അനേക പഠനശാഖകളുമായി ഗീതയെ ബന്ധിപ്പിക്കാനുള്ള ശ്രമങ്ങൾ തുടർന്നുകൊണ്ടിരിക്കുന്നു. കുരുക്ഷേത്രയുദ്ധത്തിൽ തളർന്നുകിടന്ന അർജ്ജുനനെ മാനസികമായി ഉണർത്താൻ മനഃശാസ്ത്ര തത്ത്വങ്ങളാണ് കൃഷ്ണൻ പ്രയോഗിച്ചതെന്നും അത്തരം തത്ത്വങ്ങളാണ് അർജ്ജുനനെ വിഷാദത്തിൽ നിന്നും മോചിപ്പിച്ചതെന്നും പൊതുവെ പറയപ്പെടുന്നു. ജീവജാലങ്ങളുടെ സൃഷ്ടി, ജീവിതം, മരണം എന്നിവയെ സംബന്ധിച്ച് വ്യക്തമായ കാഴ്ചപ്പാട് അവതരിപ്പിക്കുന്നതിനാൽ ഗീത പരിസ്ഥിതി ശാസ്ത്ര ഗ്രന്ഥമാണെന്ന് അഭിപ്രായപ്പെട്ടവരുമുണ്ട്. കെ.കെ. ദുവയെപ്പോലുള്ള ചിന്തകർ ഗീതയെ പരിസ്ഥിതി വാദവുമായി ബന്ധിപ്പിക്കാനാണ് ശ്രമിച്ചതും. ആസൂത്രണം, ആശയസംവേദനം, നേതൃത്വ പരിശീലനം, നിർദേശങ്ങൾ, പ്രചോദനം തുടങ്ങി അനേകകാര്യങ്ങൾ ഗീതയിൽ വിവരിക്കുന്നതിനാൽ ആധുനിക മാനേജ്മെന്റ് പഠനവുമായി ഗീതയെ യോജിപ്പിക്കുന്ന പഠനങ്ങളും നടന്നിട്ടുണ്ട്. എന്നാൽ വിദ്യാഭ്യാസകാഴ്ചപ്പാടുകളാണ് ഗീതയിലേറെയും എന്ന് വാദിക്കുന്നവരും ചുരുക്കമല്ല. ശ്രീകൃഷ്ണനുമുന്നിൽ അർജ്ജുനൻ വിദ്യാർത്ഥിയാണെന്നും സ്വധർമ്മം, കർമ്മം, കർമയോഗം തുടങ്ങിയ അനേകം പാഠങ്ങൾ തന്റെ ശിഷ്യനെ കൃഷ്ണൻ പഠിപ്പിക്കുകയാണ് ചെയ്തതെന്നും ചിലർ അഭിപ്രായപ്പെടുന്നു. അതോടൊപ്പം തന്നെ ക്വാണ്ടം ഫിസിക്സ്, ജ്യോതിഷം, ജ്യോതിശാസ്ത്രം തുടങ്ങിയ അനേകം

വിഷയങ്ങളുമായി ബന്ധപ്പെടുത്തി ഗീതയുടെ വായനകളും പഠന ങ്ങളും നടന്നുകൊണ്ടിരിക്കുന്നു. പല ശാഖകളിൽ നിന്നും വീണ്ടും പലതിലേക്ക് പടർന്നു കേറുന്ന ദർശനവള്ളിയാണ് ഭഗദ്ഗീത; അതുതന്നെ ഈ കൃതിയുടെ സ്ഥൂലവും സൂക്ഷ്മവുമായ സാഫല്യവും.

ഭഗവദ്ഗീത:
ദേശീയത, സ്വാതന്ത്ര്യ സമരം, പടയൊരുക്കങ്ങൾ

വിജ്ഞാനമാണ് ചരിത്രത്തിനാധാരം. അതു കൊണ്ടുതന്നെ ഏതൊരു രാജ്യത്തിന്റെ ചരിത്രവും വിജ്ഞാനത്തിന്റെ ചരിത്രംകൂടിയാണ്. ചരിത്ര വിജ്ഞാനത്തെ പ്രദാനം ചെയ്യുന്ന ഗ്രന്ഥങ്ങൾ സ്വാഭാവികമായും അതാതു രാജ്യങ്ങളുടെ അഥവാ ദേശീയതയുടെ ഭാഗമായിത്തീരും. ഇത്തരത്തിൽ ഇന്ത്യയിൽ സംസ്കൃതകൃതികൾക്ക് ദേശീയമായൊരു പദവി നിർമ്മിക്കപ്പെടുന്നത് കൊളോണിയൽ ആധുനികതയിലാണ്. കോളനി വത്കരണത്തിന്റെ ഭാഗമായി രൂപപ്പെട്ട എല്ലാ ആധുനിക പ്രവണതകളേയും പ്രക്രിയകളേയും കോളോണിയൽ ആധുനികത എന്നു വിശേഷിപ്പിക്കാം. ആചാരാനുഷ്ഠാനങ്ങൾ, ജീവിത രീതി, ഭക്ഷണ ക്രമങ്ങൾ, വസ്ത്രങ്ങൾ തുടങ്ങി എല്ലാ മേഖലകളിലും പരിവർത്തനവും പുരോഗമനവും സാധ്യമായ ഈ ഘട്ടത്തിൽ സ്വാഭാവികമായും പൗരസ്ത്യ കൃതികളും വിജ്ഞാനവും ആധുനികീകരണ പ്രക്രിയയ്ക്ക് വിധേയമാകുമെന്നതിൽ സംശയമില്ല. ഇന്ത്യയുടെ പൂർവചരിത്രത്തെയും സംസ്കാരത്തെയും കുറിച്ച് പഠിക്കാൻ കോളോണിയൽ വാദികളും മതാധികാരികളും ചേർന്നു രൂപം കൊടുത്ത പൗരസ്ത്യ വാദമാണ് ഇന്ത്യൻ കൃതികൾക്കും വിജ്ഞാനത്തിനും വിശാലമായ അർത്ഥവ്യാപ്തി നിർമ്മിക്കുന്നത്. ഒരു രാഷ്ട്രത്തെ തൃപ്തികരമായി ഭരിക്കാൻ അതിന്റെ പൂർവകാല ചരിത്രവും സംസ്കാരവും പഠിക്കണമെന്നിരിക്കെ, ഇന്ത്യയിലെ കോളനി ഭരണം അലോസരമില്ലാതെ സാധ്യമാക്കാൻ പ്രാചീന സംസ്കാരം, ജീവിതം, നിയമാവലികൾ തുടങ്ങിയവ പഠിക്കേണ്ടത് ബ്രിട്ടീഷുകാരുടെ ആവശ്യമായി തീർന്നു. പൗരസ്ത്യവാദത്തിന്റെ ഫലമായി ഇന്ത്യൻ സംസ്കാരത്തിലും സാഹിത്യത്തിലുമുണ്ടായ താല്പര്യം ഇംഗ്ലീഷ് ഭാഷകളിലേക്ക് ഇന്ത്യൻ കൃതികൾ തർജ്ജമ ചെയ്യപ്പെടാൻ കാരണമായിത്തീർന്നു. ഇന്ത്യൻ സംസ്കാര ചരിത്രത്തിന്റെ ഭൂരിഭാഗവും വൈദിക സാഹിത്യത്തിലും മറ്റു സംസ്കൃത കൃതികളിലും അടങ്ങിയിരിക്കുന്നു എന്നതിനാൽ സംസ്കൃത കൃതികളുടെ

പഠനങ്ങൾക്ക് പ്രാധാന്യം ലഭിക്കുകയും 18,19 നൂറ്റാണ്ടുകളിലെ കൊളോണിയൽ അധികാരികളും ഗ്രന്ഥ കർത്താക്കളും സംസ്കൃത കൃതികളുടെ വിവർത്തനത്തിന് പരിശ്രമിക്കുകയും ചെയ്തു. അങ്ങനെ അഭിജ്ഞാന ശാകുന്തളമടങ്ങുന്ന സംസ്കൃതകൃതികളും ക്രോഡീകരിക്കപ്പെട്ട ഇന്ത്യൻ പരമ്പരാഗത ഹിന്ദു ശാസ്ത്ര നിയമങ്ങളുമെല്ലാം (എ കോഡ് ഓഫ് ജന്തു ലോസ്) വിവർത്തനങ്ങൾക്കു വിധേയമാകുകയും വലിയൊരാധികാരികത ഇത്തരം കൃതികൾക്കു ലഭിക്കുകയും ചെയ്തു. ഇപ്രകാരം ബ്രിട്ടീഷുകാർ നിർമ്മിച്ചെടുത്ത പൂർവ്വ ചരിത്രത്തിൽ നിന്നു കൊണ്ടു തന്നെ തങ്ങൾക്ക് ഒരു സുവർണ്ണ ഭൂതകാലമുണ്ടെന്നും ദേശീയ സ്വത്വത്തിന്റെ ഭാഗമാണ് അവയെന്നും സ്ഥാപിച്ചെടുക്കാനുള്ള ശ്രമങ്ങൾ ഇന്ത്യയിലുടനീളം നടന്നു. പാരമ്പര്യത്തെ പാഠവത്കരിക്കുന്നതായിരുന്നു ഓറിയന്റലിസ്റ്റു വ്യവഹാരങ്ങൾ. ആയതിനാൽ സംസ്കൃതഗ്രന്ഥങ്ങൾക്ക് ആധുനികവും ദേശീയവുമായ പദവി ലഭിക്കുകയും. 'പ്രമാണ ഗ്രന്ഥ' ങ്ങളായി അവ ഉയരുകയും ചെയ്തു. മധ്യകാലഘട്ടത്തിൽ തന്നെ വിവർത്തനങ്ങളും വ്യാഖ്യാനങ്ങളും നിലവിലുണ്ടായിരുന്നെങ്കിലും അതൊന്നും തന്നെ ദേശീയ ഗ്രന്ഥങ്ങളാക്കി മാറ്റാൻ ഉതകുന്നതായിരുന്നില്ല. വ്യത്യസ്ത മതങ്ങളിൽ, അഭിപ്രായങ്ങളിൽ ചിതറിക്കിടക്കുകയായിരുന്നു അവ.

കൊളോണിയൽ ഘട്ടത്തിൽ ദേശീയമായൊരു പദവിയിലേക്ക് സംസ്കൃത കൃതികൾ ഉയർന്നുവന്നു. ഈ ഘട്ടത്തിൽ വിവർത്തനങ്ങളും വ്യാഖ്യാനങ്ങളും വഴി മറ്റേതൊരു ഗ്രന്ഥത്തേക്കാളും ഉന്നതമായ പദവി ഗീതയ്ക്കു ലഭ്യമാകുകയും അത് ദേശീയതയുടെ ഭാഗമായിത്തീരുകയും ചെയ്തു. പിന്നീട് ഭഗവദ്ഗീത ഉപയോഗിച്ചുകൊണ്ടുള്ള വിമോചന പ്രവർത്തനങ്ങൾക്ക് ഇന്ത്യ സാക്ഷ്യം വഹിക്കുകയും ചെയ്തു.

ഭഗവദ്ഗീത ശ്രദ്ധാകേന്ദ്രമാക്കി തീർക്കുന്നതിൽ മുഖ്യ പങ്കുവഹിച്ചത് വില്യം ജോൺസ് സ്ഥാപിച്ച 'ഏഷ്യാറ്റിക് സൊസൈറ്റി ഓഫ് ബംഗാൾ' ആയിരുന്നു. സാഹിത്യം, കല, ശാസ്ത്രം, ചരിത്രം തുടങ്ങിയവയുടെ പഠനത്തിനായി സമർപ്പിക്കപ്പെട്ട പ്രസ്ഥാനമായിരുന്നു ഏഷ്യാറ്റിക്ക് സൊസൈറ്റി. ഗവർണർ ജനറലായിരുന്ന വാറൻ ഹേസ്റ്റിങ്ങ്സിന്റെ നിർദേശ പ്രകാരം ചാൾസ് വിൽക്കിൻസാണ് ഭഗവദ്ഗീത ആദ്യമായി ഇംഗ്ലീഷിലേക്ക് വിവർത്തനം ചെയ്യുന്നത്. ബ്രിട്ടീഷ് പ്രസിദ്ധീകരണ വിഭാഗം മേധാവിയായ നതാനിയേൽ സ്മിത്തിന് വാറൻ ഹേസ്റ്റിങ്ങ്സ് അയച്ച കത്ത് ശ്രദ്ധേയമാണ്. "കല്പനയുടെയും ന്യായവാദത്തിന്റെയും ഭാഷാരീതിയുടേയും ഉദാത്തത കൊണ്ട് ഗീത മഹത്തായ കൃതിയാണെന്ന

പറയാൻ എനിക്ക് യാതൊരു മടിയുമില്ല. അത് അതുല്യമായയ ഒരു കൃതിയാണ്. മനുഷ്യവർഗത്തിന് അറിവായ സർവമതങ്ങളിലും വെച്ച് ക്രിസ്തു മതതത്ത്വങ്ങളോടു ദൈവശാസ്ത്രപരമായി ശരിയാം വണ്ണം പൊരുത്തപ്പെടുന്നതും അതിന്റെ മൗലികസിദ്ധാന്തങ്ങൾ ദൃഢമായി പ്രകടിപ്പിക്കുന്നതും ഗീതയാണ്.[1] പ്രമാണ ഗ്രന്ഥത്തെ ആസ്പദമാക്കി യുള്ള ഇത്തരം നിർവചനം പാശ്ചാത്യ -ജൂത-ക്രൈസ്തവ മാതൃകയിൽ ഇന്ത്യയിലെ മതങ്ങളെ വായിക്കാനുള്ള ശ്രമത്തിന്റെ ഭാഗമായി ത്തീർന്നു. 'ഏക ദൈവവിശ്വാസത്തിലധിഷ്ഠിതമായ മതത്തെ ഇന്ത്യ യിൽ പര്യവേഷണം ചെയ്ത് കണ്ടെത്താനാണ് ഓറിയന്റലിസ്റ്റുകൾ ശ്രമിച്ചത്' എന്ന വാദത്തിലേക്കാണ് ഈ കത്ത് പിന്നീട് നയിച്ചത്. എന്നാൽ ചാൾസ് വിൽക്കിൻസ് മതഗ്രന്ഥം എന്നതിലുപരി ഒരു കാവ്യമായാണ് ഗീതയെ പരിഗണിച്ചത്. വിവർത്തനത്തിന്റെ ആമു ഖത്തിൽ വിൽക്കിൻസ് എഴുതുന്നു." ഭഗവദ്ഗീത എന്നത് പൗരാ ണികമായ ഒരു വൈദിക കാവ്യമാണ്, ഇത് മഹാഭാരതം എന്ന പുരാണ ഇതിഹാസത്തിൽ നിന്നുമെടുത്തിട്ടുള്ള ഒരു ഭാഗമാണ്.[2] മഹാഭാരത്തിന്റെ ഭാഗമായിതന്നെയാണ് വിൽക്കിൻസും ഗീതയെ പരിഗണിക്കുന്നത്. വിൽക്കിൻസിന്റെ പരിഭാഷയാണ് യൂറോപ്യ രെയും മറ്റും ഗീതയിലേക്ക് കൂടുതൽ ആകർഷിച്ചത്. ഈ ഘട്ടത്തിൽ തന്നെയാണ് ഗീതയെ മുൻനിർത്തിയുള്ളള സമരങ്ങൾക്ക് ഇന്ത്യ സാക്ഷ്യം വഹിച്ചതും.

നവോത്ഥാനം: ഗീതയുടെ അറിവാഴങ്ങളിൽ

നാട്ടുരാജ്യങ്ങളിലൊതുങ്ങുന്ന പ്രാദേശികവും സങ്കുചിതവുമായ ദേശബോധം എന്നതിനപ്പുറത്തേക്ക് പൂർവഘട്ടത്തിൽ, വിശാ ലാർത്ഥത്തിലുള്ള ഇന്ത്യൻ ദേശീയത വളർന്നിരുന്നില്ല. അനാചാ രങ്ങളുടേയും പരമ്പരാഗത വിശ്വാസങ്ങളുടെയും കെട്ടുപാടുകളാൽ ബന്ധിതമായിരുന്ന ദേശബോധത്തെ, ഏകബോധത്തിലും പൊതു ചരിത്ര സ്മൃതിയിലുമെത്തിക്കുക എന്നത് ഏറെ പ്രയാസകരമായിരു ന്നു. സാമൂഹ്യ നവോത്ഥാനത്തിലൂടെയുള്ള മുന്നേറ്റങ്ങൾക്കു മാത്രമേ വിശാലമായ ദേശീയ ബോധം സൃഷ്ടിക്കാൻ കഴിയുമായിരുന്നു ള്ളൂ. അതുകൊണ്ടുതന്നെ നവോത്ഥാന ശ്രമങ്ങളിൽ നിന്നുമാണ് ഇന്ത്യൻ ദേശീയതയുടെ പ്രാരംഭം. ഇന്ത്യൻ നവോത്ഥാനം സാമൂഹ്യ നവീകരണ പ്രക്രിയയിലൂടെയാണ് വികാസം പ്രാപിച്ചതെന്നിരിക്കെ ആദ്യഘട്ടങ്ങളിലെ ഇന്ത്യൻ ദേശീയതത്വത്തിന് രാഷ്ട്രീയത്തേക്കാൾ മതപരവും സാമൂഹികവുമായ സ്വഭാവമാണുണ്ടായത്. എന്നാൽ ഈ ഘട്ടത്തിൽ ആത്മീയ ഗ്രന്ഥം എന്നതിലുപരിയായി സാമൂഹിക

1 സോമശേഖരൻ (എ ഡി) പലകാലം പലകാഴ്ചകൾ, പേജ് 39

2 അതേ പുസ്തകം

നവീകരണത്തിനും വിമോചനത്തിനുമുള്ള ഉപാധിയായി ഗീത പരിണമിച്ചിട്ടുണ്ട്. അതിന് തുടക്കം കുറിച്ചത് ഇന്ത്യൻ നവോത്ഥാന പിതാവായ രാജാറാം മോഹൻ റോയ് ആയിരുന്നു. പൈശാചികമായ സതി സമ്പ്രദായതത്തിനെതിരെ പോരാടാനും വിധവാവിവാഹം, സ്ത്രീപുരുഷ സമത്വം എന്നിവയ്ക്കായി വാദിക്കാനും റാം മോഹൻ റോയിയെ പ്രേരിപ്പിച്ചതും ഊർജം നൽകിയതും ഭഗവദ്ഗീതയായിരുന്നു. ഹിന്ദു പ്രമാണഗ്രന്ഥങ്ങളും ശ്രുതികളും സ്മൃതികളുമെല്ലാം ഉദ്ധരിച്ചുകൊണ്ടായിരുന്നു റോയ് തന്റെ പോരാട്ടം തുടർന്നത്. മുണ്ഡകോപനിഷത്ത്, കഠോപനിഷത്ത് എന്നിവയ്ക്കൊപ്പം- ഭഗവദ്ഗീതയിലെ ശ്ലോകങ്ങളാണ് സതിക്കെതിരായ വാദമുഖങ്ങളവതരിപ്പിക്കുവാനും വിജ്ഞാന ആയുധമാക്കാനും റോയ് ശ്രമിച്ചത്.[3] സ്വർഗഫലം ലഭിക്കാനാണ് സതി അനുഷ്ഠിക്കുന്നതെന്ന പാരമ്പര്യ ഹിന്ദുവാദത്തെ നിരാകരിക്കാനാണ് ഭഗവദ്ഗീതയിലെ ശ്ലോകങ്ങൾ ഉപയോഗിച്ചത്. 'ഗീത എല്ലാ ശാസ്ത്രങ്ങളുടെയും സത്തയാണെന്നു വാദിച്ച റോയ് നിഷ്കാമകർമത്തെ മുൻനിർത്തിയാണ് തന്റെ വാദത്തെ അവതരിപ്പിച്ചത്. ഭഗവദ്ഗീതയിലെ മൂന്നാമധ്യായത്തിലെ ഒമ്പതാം ശ്ലോകം, അഞ്ചാം അധ്യായത്തിലെ പന്ത്രണ്ടാം ശ്ലോകം, രണ്ടാമധ്യായത്തിലെ ആറാം ശ്ലോകം, പന്ത്രണ്ടാമധ്യായത്തിലെ പത്ത്, പതിനൊന്ന് ശ്ലോകങ്ങൾ എന്നിങ്ങനെ അഞ്ച് വ്യത്യസ്ത അധ്യായങ്ങളിൽ നിന്ന് ആറു ശ്ലോകങ്ങൾ റോയ് ഉദ്ധരിച്ചു. സ്വർഗീയ ഫല പ്രാപ്തിക്കായുള്ള സതി സമ്പ്രദായം ന്യായീകരിക്കാൻ കഴിയാത്ത ദുരാചാരമായി കാണാനാണ് റോയ് ശ്രമിച്ചത്. അതുകൊണ്ടു തന്നെ ഗീതയിലെ നിഷ്കാമകർമ്മത്തെ അദ്ദേഹം വിശദീകരിച്ചു. ഫലമിച്ഛിക്കാതെ ചെയ്യുന്ന കർമ്മമാണ് മഹത്തരമെന്നും ഫലകാംക്ഷയോടെ ചെയ്യുന്ന കർമ്മങ്ങൾ നികൃഷ്ടമാണെന്നും ഗീത അനുശാസിക്കുന്നതിനാൽ സ്വർഗ ഫലത്തെ ഉദ്ദേശിച്ചുകൊണ്ടുചെയ്യുന്ന സതിയും നികൃഷ്ടമാണെന്ന് വാദിച്ചതോടൊപ്പം ഫലം കാംക്ഷിക്കാതെ സതി അനുഷ്ഠിക്കാതിരിക്കുന്ന വിധവയാണ് സ്വർഗപ്രാപ്തിക്കധികാരി എന്നും അദ്ദേഹം വാദിച്ചു. പൗരാണിക സ്മൃതി മേൽക്കോയ്മക്കെതിരെയുള്ള കനത്ത പ്രഹരമായിരുന്നു ഈ വാദം. വൈദിക കർമങ്ങളിലും അനാചാരങ്ങളിലും മാത്രം വിശ്വസിച്ചിരുന്ന പാരമ്പര്യ വാദത്തെ തള്ളിപ്പറയാനായി റോയ് ഗീതയിലെ രണ്ടാമധ്യായത്തിലെ നാല്പത്തിരണ്ടുമുതൽ നാല്പത്തിനാലു വരെയുള്ള

3 മുണ്ഡകോപനിഷത്തിൽനിന്ന് ഒന്നും, കഠോപനിഷത്തിൽ നിന്ന് രണ്ടും ഗീതയിൽ നിന്ന് ആറും വരികളാണ് റോയ് സതിക്കെതിരായ പോരാട്ടത്തിൽ ഉപയോഗിച്ചത് എന്ന് സത്യ.പി.അഗർവാർ 'The social role of Gita'എന്ന കൃതിയിൽ വിവരിക്കുന്നു (പേജ്. 25)

ഗീതാശ്ലോകങ്ങളാണ് ഉദ്ധരിച്ചത്. ഭോഗൈശ്വര്യ ലബ്ധിക്കും സ്വർഗ പ്രാപ്തിക്കുമായി യാഗഹോമാദി കർമ്മങ്ങൾ പരമലക്ഷ്യമായി കരുതുന്നവർക്ക് ഏകാഗ്രബുദ്ധിയോ നിശ്ചദാർഢ്യമോ ഉണ്ടാവില്ലെന്നും ആയതിനാൽ പാരമ്പര്യവാദികളുടെ സതി അനുകൂല നിലപാടുകൾ ശ്രുതി സ്മൃതി വിരുദ്ധമാണെന്നും ഗീതയെ മുൻനിർത്തി റോയ് അഭിപ്രായപ്പെട്ടു.

റോയ് ആഴത്തിൽ ഗീത പഠിക്കുക മാത്രമല്ല ചെയ്തത്, പകരം സാമർത്ഥ്യത്തോടെ സാമൂഹ്യ പരിഷ്ക്കരണത്തിനുവേണ്ടി അതിനെ പ്രയോജനപ്പെടുത്തുക കൂടി ചെയ്തു. അങ്ങനെ നിയമം വഴി ഇന്ത്യയിൽ നിരോധിക്കുന്ന ആദ്യത്തെ ദുരാചാരമായി 'സതി' മാറി. അതിനുവഴിതെളിച്ചതാവട്ടെ ഭഗവദ്ഗീതയും. ഗീതയിലെ നിഷ്ക്കാമകർമ്മ വിവരണത്തെ അടിസ്ഥാനമാക്കിയാണ് റോയ് പ്രവർത്തിച്ചത്. ഈ നവോത്ഥാന ശ്രമം ദേശീയതയിലേക്കും സാമൂഹ്യരംഗത്തേക്കും ഗീതയെ കൂട്ടുതലടുപ്പിക്കുകയും കേവല ദർശനഗ്രന്ഥം എന്നതിലുപരിയായി പ്രായോഗികത ഉണർത്തുന്ന പുസ്തകമെന്ന പരിഗണനയും ജനകീയതയും ഗീതയ്ക്ക് വന്നു ചേരുകയും ചെയ്തു.

നവോത്ഥാന ഘട്ടത്തിൽ ഗീതയെ സാർവദേശീയ തലത്തിൽ പ്രഭാഷണങ്ങളിലൂടെ എത്തിച്ചത് സ്വാമി വിവേകാനന്ദനാണ്. ഗീതയ്ക്ക് ഒരു വ്യാഖ്യാനമോ വിവരണമോ രചിച്ചില്ലെങ്കിലും കർമയോഗത്തെ വിശദീകരിക്കാൻ അദ്ദേഹത്തിന് കഴിഞ്ഞു. രാഷ്ട്രപുനർനിർമ്മാണത്തിനും ആധ്യാത്മിക പ്രബോധനത്തിനും അദ്ദേഹം ഗീതയെ ഉപയോഗിച്ചു. 1893 ൽ ചിക്കോഗോയിൽ നടന്ന സമ്മേളനത്തിൽ ഗീതയെ ഉദ്ധരിച്ചു സംസാരിച്ചത് ലോക ശ്രദ്ധനേടി[4]. കർമ്മ യോഗത്തിൽ നിഷ്ക്കാമ കർമത്തിനായിരുന്നു വിവേകാനന്ദൻ പ്രധാന്യം നൽകിയത്. ഒപ്പം കരുത്തരായ യുവാക്കളെ വളർത്തിയെടുക്കുന്നതിൽ ഗീതയ്ക്കുള്ള പ്രാധാന്യത്തെ അദ്ദേഹം ഊന്നിപ്പറഞ്ഞു. ഈ ലോകത്തിൽ പാപമെന്നു പറയാവുന്നത് ഭയം മാത്രമാണെന്നും ബലത്തെ ഉജ്ജീവിപ്പിക്കുന്ന ഏതൊരു കർമ്മവും പുണ്യമായി കരുതണമെന്നും- ശരീരത്തെയും മനസിനെയും ദുർബലമാക്കുന്നതെന്തും പാപമാണെന്നും അതിനാൽ ദൗർബല്യത്തെ, ഭീരുത്വത്തെ കുടഞ്ഞുകളഞ്ഞ് ധീരനാകണമെന്നുള്ള സന്ദേശമാണ് ഗീത നൽകുന്നതെന്നും വിവേകാനന്ദൻ അഭിപ്രായപ്പെട്ടു. ഭഗവദ്ഗീതയെക്കുറിച്ചുള്ള വിവേകാനന്ദന്റെ വീക്ഷണം സ്വാതന്ത്ര്യസമരത്തിൽ ഏറെ

4 ഗീതയിലെ നാലാമധ്യായത്തിലെ ശ്ലോകമാണ് വിവേകാനന്ദൻ മതസമ്മേളനത്തിലെ ആദ്യ പ്രഭാഷണത്തിൽ ഉദ്ധരിച്ചത്- "ഏത് മാർഗത്തിൽക്കൂടി എന്നെ സമീപിക്കുന്നവരെയും ഞാൻ അതേ രീതിയിൽ തന്നെ സ്വീകരിക്കുന്നു' എന്നതായിരുന്നു അത്.

പങ്കുവഹിച്ചു. അനേകം യുവാക്കൾ വിവേകാനന്ദനിലും കൃതികളിലും ആകൃഷ്ടരാവുകയും ബ്രിട്ടീഷ് വിരുദ്ധ സമരങ്ങൾക്ക് മാറ്റു കൂട്ടുകയും ചെയ്തു. വിവേകാനന്ദൻ നേരിട്ട് ഇന്ത്യൻ രാഷ്ട്രീയത്തിൽ പ്രവേശിച്ചില്ലെങ്കിൽ പോലും അദ്ദേഹത്തിന്റെ വാക്കുകളിൽ ആവേശം പൂണ്ട് ബംഗാളിന്റെ വിവിധ ഭാഗങ്ങളിൽ വിപ്ലവസംഘടനകൾ ഉദയംകൊണ്ടിട്ടുണ്ട്. വിപ്ലവകാരിയായ ബരിന്ദ്രയുടെയും സംഘാംഗങ്ങളുടെയും-കൈകളിൽ ഗീതയോടൊപ്പം വിവേകാനന്ദകൃതികളുമുണ്ടായിരുന്നു എന്നതും ശ്രദ്ധേയമാണ്. ഇപ്രകാരം വിവേകാനന്ദന്റെ ഗീതാ ഉദ്ബോധനം ഇന്ത്യൻ മണ്ണിനെ സ്വാധീനിച്ചു.

തിയോസഫിക്കൽ സൊസൈറ്റിയിലൂടെയാണ് നവോത്ഥാന ഘട്ടത്തിൽ പിന്നീട് ഗീത കടന്നുപോയത്. എന്നാൽ നിഗൂഢമായ ഒരു ശാസ്ത്രമായോ, ആത്മീയ ഗ്രന്ഥമായോ മാത്രമല്ല ഗീതയെ തിയോസഫിസ്റ്റുകൾ പരിഗണിച്ചത്. പകരം പല തത്ത്വങ്ങളേയും പ്രായോഗികമാക്കാനാണ്. "സൊസൈറ്റിയുടെ സ്ഥാപകയായ മാഡം ബ്ലാവട് സ്കിയുടെ കൃതികളിൽ ഗീതയെക്കുറിച്ചുള്ള ചില ഒറ്റപ്പെട്ട സൂചനകൾ കാണാമെങ്കിലും[5] ആ ഘട്ടങ്ങളിലൊന്നും തന്നെ വിശാലമായ അർത്ഥവ്യാപ്തി തിയോസഫിക്കൽ സൊസൈറ്റിയിലൂടെ- ഗീതയ്ക്ക് ലഭിച്ചിരുന്നില്ല. പിന്നീട് പഠനങ്ങൾ, പാഠ ഭേദങ്ങൾ, വിവർത്തനങ്ങൾ, പ്രഭാഷണങ്ങൾ, ഉപന്യാസങ്ങൾ എന്നിവയിലൂടെ ഗീതാതത്ത്വങ്ങളെ വികസിപ്പിച്ചെടുക്കാൻ തിയോസഫിക്കൽ സൊസൈറ്റിക്കു കഴിഞ്ഞു. പലപ്പോഴും സൊസൈറ്റിയുടെ മീറ്റിങ്ങുകളിൽ വെച്ചു നടത്തിയ പ്രഭാഷണങ്ങളിലൂടെയുമാണ് ഗീത സഞ്ചരിച്ചത്. അഡയാറിൽ വെച്ചു നടന്ന സൊസൈറ്റിയുടെ വാർഷിക കൺവെൻഷനിൽ സുബ്ബറാവു നടത്തിയ ഗീതയെക്കുറിച്ചുള്ള നാലു പ്രഭാഷണങ്ങൾ 'The Philosophy of the Bhagavad Gita' എന്ന പേരിൽ പുസ്തകമായി പുറത്തിറങ്ങിയിട്ടുണ്ട്. ഇന്ത്യൻ ജനതയുടെ ശ്രദ്ധയിലേക്ക് ഗീതയെ ഒരു പരിധിവരെ എത്തിക്കാൻ സുബ്ബറാവുവിന്റെ കൃതികൾക്കു കഴിഞ്ഞു. ഭഗവദ് ഗീതയ്ക്ക് വിവരണാത്മകമായ മുഖം നൽകുകയും ജനതയെ കൂടുതൽ ഗീതയിലാകർഷിപ്പിക്കുകയും ചെയ്തത് ആനിബസന്റിന്റെ പ്രവർത്തനങ്ങളാണ്. സൊസൈറ്റിയുടെ പതിമൂന്നാമത്തെ വാർഷിക സമ്മേളനത്തിൽ വെച്ച് ഗീതയെക്കുറിച്ച് ആനിബെസന്റ് നടത്തിയ പ്രഭാഷണങ്ങൾ 'hints on the study of the Bhagavad Gitaഎന്ന പേരിൽ പുസ്തകമാവുകയും ഗീതയെക്കുറിച്ചുള്ള ആധികാരിക പഠനമായി അതു മാറുകയും ചെയ്തു. 'ഗീത പഠിക്കാൻ

5 ബ്ലാവട്സ്കിയുടെ കൃതികളിൽ ഗീതയുടെ പരാമർശങ്ങളുള്ളതായി റൊണാൾസ് ഡബ്ല്യൂ. നഫിൽഡ് തന്റെ 'Theosophical interpretation of the Bhagavadgita' എന്ന ലേഖനത്തിൽ അഭിപ്രായപ്പെടുന്നുണ്ട്.

അതിൽ ജീവിക്കുകതന്നെ വേണം' എന്നഭിപ്രായപ്പെട്ട ആനിബെസന്റിന്റെ കൃതികൾ ദേശീയ നേതാക്കളെ ആകർഷിക്കുകയും ഗീത പ്രയോഗികമാകുകയും ചെയ്തു.

നവോത്ഥാന ഘട്ടത്തിലെ ഗീതാപ്രയോഗം കേവലമായ സാഹിത്യകൃതി എന്നതിൽ നിന്ന് പ്രായോഗികതയുടെ പുസ്തകം എന്ന നിലയിലേക്ക് ഗീത വളരാൻ കാരണമായി തീർന്നിട്ടുണ്ട്. അതുവരെ വ്യാഖ്യാനങ്ങളിലും വിവരണങ്ങളിലുമായി നിലനിൽക്കുകയായിരുന്ന ഗീതാതത്ത്വം. എന്നാൽ രാജാറാം മോഹൻ റോയിയിലൂടെ സാമൂഹ്യ അനീതിക്കെതിരെയുള്ള ആയുധമായി പരിണമിച്ച ഗീത വിവേകാനന്ദനിലൂടെ, തിയോസഫിക്കൽ സൊസൈറ്റിയിലൂടെ, ദേശീയതയുടെ ഭാഗമായിത്തീരുകയായിരുന്നു.

ദേശീയ നേതൃത്വങ്ങൾ: ഗീതാ പ്രയോഗങ്ങൾ, സ്വാതന്ത്ര്യസമരം.

ഭഗവദ്ഗീതയ്ക്ക് ദേശീയവും രാഷ്ട്രീയവുമായ മുഖം കൈവരുന്നത് ഇന്ത്യൻ സ്വാതന്ത്ര്യ സമരത്തിലാണ്. ബങ്കിം ചന്ദ്രചാറ്റർജി, ബാലഗംഗാധര തിലകൻ, അരബിന്ദോ, ഗാന്ധിജി, വിനോബഭാവേ തുടങ്ങി അനേകം നേതാക്കൾ ഗീതയിലാകൃഷ്ടരാവുകയും ദേശീയ പ്രസ്ഥാനത്തിന്റെ ഭാഗമായി ഭഗവദ്ഗീത രൂപാന്തരപ്പെടുകയും ചെയ്തു.

ബങ്കിം ചന്ദ്രചാറ്റർജി: ഗീതാധർമ്മങ്ങളിലൂടെ...

പരമ്പരാഗത ഹിന്ദുധർമ്മശാസ്ത്രങ്ങളിലും തത്ത്വങ്ങളിലും അറിവു നേടിയ ബംഗാളി നോവലിസ്റ്റും എഴുത്തുകാരനുമായ ബങ്കിം ചന്ദ്ര ചാറ്റർജിയാണ് ഗീതയെ പ്രയോഗികതത്ത്വമാക്കിയ ആദ്യകാല നേതാവ്. ഹിന്ദു ദർശനവും മതവും പഠിക്കാൻ താല്പര്യം കാണിച്ചതോടൊപ്പം തന്നെ ഇംഗ്ലീഷ് വിദ്യാഭ്യാസവും മിൽ, കാന്റ്, സ്പെൻസർ തുടങ്ങിയവരുടെ ചിന്തകളും ബങ്കിം ചന്ദ്രയെ സ്വാധീനിച്ചിട്ടുണ്ട്. ശങ്കരഗീതാഭാഷ്യത്തെ അധികരിച്ച് അദ്ദേഹം ബംഗാളി ഭാഷയിൽ രചിച്ച ഗീതാഭാഷ്യം സാധാരണക്കാരിലേക്ക് ഗീതാതത്ത്വത്തെ എത്തിക്കാനും സ്വധർമം ചെയ്യാൻ പ്രേരിപ്പിക്കാനും ഉതകുന്നവയായിരുന്നു. എന്നാൽ ഈ ഭാഷ്യം അപൂർണമാണ്. ബംഗാളി ജേർണലായ 'പ്രചാര'യിൽ അച്ചടിച്ച വരികയും ബങ്കിം ചന്ദ്രയുടെ മരണാനന്തരം 1902-ൽ പുസ്തകമായി പുറത്തിറങ്ങുകയുമായിരുന്നു. ഹിന്ദുത്വം എന്നത് കർമ്മത്തിലധിഷ്ഠിതമായ മതമാണെന്നു വിശ്വസിച്ച ബങ്കിം ഓരോ വ്യക്തിക്കും അവരനുഷ്ഠിക്കേണ്ട കർമ്മമുണ്ടെന്ന് വിശ്വസിച്ചു. തിമൂറോ, നാദിർഷായോ, രാജ്യം കൊള്ളയടിക്കാൻ വരുമ്പോൾ യുദ്ധം ചെയ്യലാണ് സ്വധർമ്മമെന്നു വിശദീകരിക്കുന്ന ബങ്കിം ചന്ദ്ര എല്ലാ ധർമത്തിനും മീതെ നിലകൊള്ളുന്നത് രാജ്യസ്നേഹമാണെന്നു കൂടി പ്രഖ്യാപിച്ചു[1]. ശൂദ്രർ, വൈശ്യർ, ക്ഷത്രിയർ എന്നീ വിഭജനത്തെ ഉല്പാദനം (Production), സംഘാടനം (Orguanifation), സംരക്ഷണം (Protecton) എന്നിങ്ങനെ

1 സുനിൽ പി ഇളയിടം- ചരിത്രം: പാഠരൂപങ്ങളും പ്രത്യയശാസ്ത്രങ്ങളും, പേജ് 158

മൂന്നു വിഭാഗങ്ങളിലാക്കി ബങ്കിം തിരിക്കുകയും അവരവർ ചെയ്യേണ്ട ഈ പ്രവൃത്തിയെ സ്വധർമം എന്ന് വിലയിരുത്തുകയും ചെയ്തു. ബ്രാഹ്മണന്റെ കർമമാകട്ടെ പരമതത്ത്വത്തെ തിരിച്ചറിയാനുള്ള ജ്ഞാനം സമ്പാദിക്കലും[2]. ഇപ്രകാരം ലഭിച്ചിട്ടുള്ള കർമങ്ങൾ ആത്മാർത്ഥമായും നിഷ്കാമമായും ചെയ്യുന്നതത്രെ സ്വധർമ്മം. ഹിന്ദു ഇതര ജനവിഭാഗങ്ങളിലും കർമാനുഷ്ഠാനങ്ങളുണ്ടെന്നു വാദിച്ച ബങ്കിം ജോലിയുടെ അടിസ്ഥാനത്തിൽ അവയെ വിവരിക്കുകയും ചെരുപ്പുകുത്തി ശൂദ്രനും, അക്കാദമിക് ബുദ്ധിജീവി ബ്രാഹ്മണനുമാണെന്നു ഉദാഹരിക്കുകയും ചെയ്യുന്നു. ഒപ്പം മറ്റു മതങ്ങളെ അപേക്ഷിച്ച് ഹിന്ദുസമൂഹത്തിലെ സ്വധർമ്മം പാരമ്പര്യമാണെന്നും അദ്ദേഹം വാദിച്ചു. യുദ്ധം ചെയ്യലാണ് ഗീതയിലെ സ്വധർമം' എന്നാകുമ്പോൾ സ്വാഭാവികമായും വൈദേശികാധിപത്യത്തിനെതിരെ സമരം ചെയ്യലാണ് ഇന്ത്യക്കാരന്റെ ധർമ്മമെന്ന വാദത്തിൽ എത്തിച്ചേരുന്നു. ഇത്തരത്തിൽ ബങ്കിംചന്ദ്രയുടെ ഗീതാ വ്യഖ്യാനം ദേശീയതയുടെ പടവുകൾ കയറി.

അരബിന്ദോ: ഗീതയിലണഞ്ഞ ഹൃദയം

ഇന്ത്യൻ സ്വാതന്ത്ര്യ സമരചരിത്രത്തിലെ കരുത്തുറ്റ പ്രതിഭാസമായിരുന്ന അരബിന്ദഘോഷിനെ വിദ്യാഭ്യാസ ഘട്ടങ്ങളിലോ, മറ്റോ ഗീത കാര്യമായി സ്വാധീനിച്ചിരുന്നില്ല. എന്നാൽ 1893 ൽ ഇംഗ്ലണ്ടിൽ നിന്നും തിരിച്ചെത്തിയ അരബിന്ദോ ബറോഡയിൽ സർക്കാർ സർവീസിൽ പ്രവേശിക്കുകയും സംസ്കൃതവും മറ്റ് ഇന്ത്യൻ ഭാഷകളും പരിശീലിക്കുകയും ചെയ്തത് ഗീതാപ്രവേശനത്തിനുള്ള പാതകളിലായിരുന്നു. ഉപനിഷത്തുക്കൾ, ഇതിഹാസങ്ങൾ, പുരാണങ്ങൾ എന്നിവ പഠിക്കുകയും മഹാഭാരതം, രാമായണം, കാളിദാസ- ഭർതൃഹരികൃതികൾ തുടങ്ങിയവയെക്കുറിച്ച് മനസിലാക്കുകയും ചെയ്തെങ്കിലും തന്റെ ബറോഡാ ജീവിതത്തിനിടയിൽ ഗീതയെക്കുറിച്ച് കാര്യമായി എഴുതുകയോ, പ്രഭാഷണം നടത്തുകയോ ചെയ്തിരുന്നില്ല. എന്നിരുന്നാലും അദ്ദേഹത്തിന്റെ അപ്രകാശിത കൈയ്യെഴുത്തുപ്രതികൾ കണ്ടെടുക്കപ്പെട്ടതോടെ മഹാഭാരതത്തെക്കുറിച്ചുള്ള കുറിപ്പുകൾ ലഭ്യമാകുകയും ബറോഡാ ജീവിതത്തിനിടയിൽ അദ്ദേഹം മഹാഭാരതത്തെക്കുറിച്ച് നിരന്തരം ചിന്തിക്കുകയും മനനം ചെയ്യുകയുമുണ്ടായിരുന്നു എന്ന നിഗമനത്തിലെത്തുകയും ചെയ്തു. 'Notes on Mahabharata എന്ന പ്രസ്തുത കൃതിയിൽ ഗീതയെ മഹാഭാരതത്തിന്റെ പ്രധാനപ്പെട്ട ഭാഗമായാണ് അരബിന്ദോ പരിഗണിച്ചതെന്നു കാണാം. കൂടാതെ വേദാന്തം, സാംഖ്യം, യോഗം എന്നിവയുടെ സമന്വയമായാണ് അദ്ദേഹം ഗീതയെ കണ്ടത്. എന്നാൽ തന്റെ സജീവമായ രാഷ്ട്രീയ

2 ബങ്കിംചന്ദ്ര ചാറ്റർജി - ശ്രീമദ് ഭഗവദ്ഗീത, 26-28

ജീവിതത്തിനിടയിലാണ് ഗീത അരബിന്ദോവിന്റെ പ്രവൃത്തിമണ്ഡലത്തിൽ വ്യാപരിച്ചത്.

ബിപിൻ ചന്ദ്രപാൽ ആരംഭിച്ച 'ബന്ദേമാതരം' എന്ന രാഷ്ട്രീയമാസികയുടെ ജോയിന്റ് എഡിറ്ററായതോടു കൂടി നിരവധി ലേഖനങ്ങളിലൂടെ മിതവാദികളുടെ പ്രവർത്തനങ്ങളേയും ബ്രിട്ടീഷ് ഭരണത്തേയും അരബിന്ദോ നിശിതമായി വിമർശിച്ചു. ഗീതയെ അധികരിച്ചുള്ള നിരവധി ലേഖനങ്ങൾ 'ബന്ദേമാതര' ത്തിൽ അച്ചടിച്ചുവന്നു. മാത്രമല്ല ദേശീയത എന്നത് സനാതന ധർമ്മമാണെന്നും സനാതനധർമം നശിക്കുമ്പോൾ രാഷ്ട്രം നശിക്കുന്നുവെന്നും വിശ്വസിച്ച അരബിന്ദോ ഗീതയെ സമീപിക്കേണ്ടത് സഹായത്തിനും വെളിച്ചത്തിനും വേണ്ടിയാണെന്നു പ്രസ്താവിച്ചു. ഇന്ത്യൻ സ്വാതന്ത്ര്യസമരത്തെ മറ്റൊരു കുരുക്ഷേത്രയുദ്ധമായി കാണാനാണ് അരബിന്ദോ ശ്രമിച്ചത്. അതുകൊണ്ട് ബ്രിട്ടീഷ് വിരുദ്ധ സമരങ്ങൾക്ക് ശക്തി പകരാൻ ഭഗവദ്ഗീതയ്ക്കു കഴിയുമെന് അദ്ദേഹം വിശ്വസിച്ചു. തന്റെ ജീവിതത്തിന്റെ അവസാനഘട്ടങ്ങളിൽ അരബിന്ദോ ഗീതയേയും കടന്ന് പോയെങ്കിലും സ്വാതന്ത്ര്യസമരഘട്ടത്തിലെ ഗീതാപ്രയോഗം ദേശീയതയ്ക്ക് കനത്ത വളർച്ചയുണ്ടാക്കി.

ബാലഗംഗാധര തിലകൻ : ഗീതോപനിഷത്ത്

ഇന്ത്യൻ സ്വാതന്ത്ര്യസമരത്തിന് പ്രചോദനവും ആവേശവും നൽകിയ ദേശീയ നേതാവെന്ന നിലയിൽ തിലകന്റെ വ്യക്തിത്വം ഏറെ മഹത്വമുള്ളതാകുന്നു. സംസ്കൃത പണ്ഡിതൻ, പത്രപ്രവർത്തകൻ, സാമൂഹ്യ പരിഷ്കർത്താവ് എന്നീ നിലകളിൽ ശ്രദ്ധേയനായ തിലകൻ വിദ്യാഭ്യാസരംഗത്തെ ഇടപെടലിലൂടെയാണ് തന്റെ പൊതുപ്രവർത്തനം ആരംഭിച്ചത്.

1897-ൽ നടന്ന രണ്ടുപ്രാധാന കാര്യങ്ങളെ മുൻനിർത്തിയാണ് തിലകൻ ആദ്യത്തെ രാഷ്ട്രീയ തടങ്കൽ ജീവിതം നയിക്കുന്നത്. ഈ ഘട്ടത്തിൽ മാരകരോഗമായ പ്ലാഗ് പടർന്നു പിടിക്കുകയും പ്രശ്നത്തിന് പരിഹാരം കാണാൻ പ്ലാഗ് കമ്മറ്റി ചെയർമാനായി ബ്രിട്ടീഷുകാരനായ വാൾട്ടയർ റാന്റ് നിയമിതനാവുകയും ചെയ്തു. റാന്റിന്റെ പെരുമാറ്റത്തിലുള്ള ദൂഷ്യങ്ങളും ജനവിരുദ്ധമായ നിലപാടുകളും പൂനയിലെ ഒരു കൂട്ടമാളുകളെ പ്രകോപിതരാക്കുകയും 1897 ജൂൺ 22ന് ദാമോദർ ചപേക്കർ എന്ന വ്യക്തിയാൽ റാൻഡേ കൊല്ലപ്പെടുകയും ചെയ്തു. ഇക്കാലത്താണ് തിലകന്റെ നേതൃത്വത്തിൽ ശിവജിമഹോത്സവം നടക്കുന്നത്. മുഗൾ ജനറൽ അഫ്സൽ ഖാനെതിരെയുള്ള വിജയദിനത്തിന്റെ ആഘോഷം എന്ന നിലയ്ക്കാണ് ശിവജി മഹാത്സവം നടന്നത്. റാൻഡേയുടെ കൊലപാതകവുമായി തിലകനെ

നേരിട്ട ബന്ധമില്ലെങ്കിലും കേസരിയിൽ വന്ന ലേഖനത്തെ ബന്ധിപ്പിച്ചുകൊണ്ട് തിലകൻ അറസ്റ്റു ചെയ്യപ്പെടുകയായിരുന്നു. പിന്നീട് 1908 മെയ് രണ്ടിന് അഖോളയിൽവെച്ച് നടത്തിയ പ്രസംഗത്തിനു ശേഷം തിലകൻ വീണ്ടും അറസ്റ്റു ചെയ്യപ്പെട്ടു. 1908 മെയ് 12നും ജൂൺ ഒമ്പതിനും പുറത്തിറങ്ങിയ 'കേസരി'യിലെ എഡിറ്റോറിയലിൽ ഭരണ കൂടത്തിനെതിരെയുള്ള ആശയങ്ങൾ പ്രചരിപ്പിക്കുന്നു എന്ന കേസിലായിരുന്നു അറസ്റ്റ്. 1908 മുതൽ 1914 വരെ നീണ്ടു നിന്ന ഈ ജയിൽവാസത്തിനിടയിലാണ് 'ശ്രീമദ് ഭഗവദ്ഗീതാ രഹസ്യം' എന്ന ചരിത്രപ്രസിദ്ധമായ ഗീതാഭാഷ്യം തിലകൻ രചിക്കുന്നത്.

ശ്രീമദ് ഭഗവദ്ഗീതാ രഹസ്യം.

ബാലഗംഗാധര തിലകൻ ദേശീയ പ്രസ്ഥാനഘട്ടത്തിൽ നൽകിയ പ്രധാന സംഭാവനകളിലൊന്നാണ് ഭഗവദ്ഗീതാ വ്യാഖ്യാനമായ 'ശ്രീമദ് ഭഗവദ്ഗീതാരഹസ്യം' എന്ന പ്രൗഢഗ്രന്ഥം. ബർമ്മയിലെ മണ്ഡേലെ ജയിലിലെ തടവു ജീവിതത്തിനിടയിൽ പെൻസിൽ ഉപയോഗിച്ച് എഴുതപ്പെട്ട ഈ കൃതി 1915ൽ പ്രസിദ്ധീകരിക്കപ്പെട്ടു. തന്റെ പതിനാറു വയസ്സു മുതൽ ഗീതയുമായി അടുത്തു പരിചയിച്ച തിലകൻ അതിനെ പ്രായോഗിക തലത്തിലെത്തിക്കുന്നത് ദേശീയ പ്രസ്ഥാന ഘട്ടത്തിലാണ്. ഒന്നാം പ്രകരണമായ വിഷയ പ്രവേശത്തിൽ തുടങ്ങി പതിനഞ്ചാം പ്രകരണമായ ഉപസംഹാരത്തിലൂടെ പരിശിഷ്ട പ്രകരണത്തിലെത്തുന്ന ഗീതാവിവരണം പിന്നീട് ഭാഷ്യത്തിലേക്ക് കടക്കുന്നു. പതിനെട്ട് അധ്യായങ്ങൾക്കും യുക്തിയുക്തമായി വ്യാഖ്യാനം രചിക്കാൻ തിലകന് കഴിഞ്ഞിട്ടുണ്ട്. ഭഗവദ്ഗീതയുടെ ഈ സ്വതന്ത്രാദ്ധ്യായത്തിൽ 'ഗീത നിവൃത്തി പ്രധാനമല്ല, കർമ്മ പ്രധാനമാണ്'', എന്ന് തിലകൻ വാദിക്കുന്നു. തിലകനെ സംബന്ധിച്ച് യോഗമെന്ന് ഗീതയിൽ പറയുന്നതത്രയും കർമ്മയോഗമെന്ന അർത്ഥത്തിലാണ്. സാംസ്കാരിക കർമ്മങ്ങൾ അപ്രധാനവും ത്യാജ്യവുമായി തള്ളി മോക്ഷം, ബ്രാഹ്മജ്ഞാനം, ഭക്തി എന്നിവയാണ് ഗീതയിൽ പ്രതിപാദിക്കുന്നതെന്ന വാദത്തെ തിലകൻ തള്ളിക്കളയുന്നു.[3] പകരം കർമ്മയോഗത്തെ ആധുനികമായി വ്യാഖ്യാനിക്കുകയായിരുന്നു അദ്ദേഹം. കൃതിയുടെ പ്രസ്താവനയിൽ തന്നെ കർമ്മാകർമ്മ വിവേചനത്തിന്റെ നീതിശാസ്ത്രത്തെപറ്റി ആദ്യം പ്രതിപാദിച്ചത് അരിസ്റ്റോട്ടിലാണെന്ന പാശ്ചാത്യ വാദത്തെ തിലകൻ ചെറുക്കുന്നുണ്ട്. ഒപ്പം എപ്പിക്യൂറിയൻസ്റ്റോയ്ക്ക് ചിന്തയും മിൽ, സ്പെൻസർ, കാന്റ് തുടങ്ങിയവരുടെ ആശയങ്ങളും ഗീതയിൽ എങ്ങിനെ പ്രതിപാദിക്കുന്നുവെന്ന് ഗ്രന്ഥം ചർച്ച ചെയ്യുന്നു. തിലകന്റെ

---

3 ഗീതാ രഹസ്യം, ആമുഖം xii

അഭിപ്രായത്തിൽ കർമ്മാകർമ്മ വിവേചനത്തെ പ്രതിപാദിക്കുന്ന ഗ്രന്ഥങ്ങൾ മഹാഭാരതവും ഗീതയുമാണ്. അതിലും മെച്ചമായ മറ്റൊരു കർമ്മതത്ത്വം വേറെ ഉണ്ടായിട്ടുമില്ല[4]. 'തികഞ്ഞ സ്വാർത്ഥബുദ്ധി യോടെ വീട്ടു നടത്തി ക്ഷീണിച്ചവർക്കും നേരമ്പോക്കിനോ ലോകം വെടിയാൻ തയ്യാറെടുക്കുന്നവർക്കും വേണ്ടിയോ അല്ല ഗീത രചിക്ക പ്പെട്ട' തെന്ന് തിലകൻ തുറന്നെഴുതുന്നു. മോക്ഷ ദൃഷ്ടിയിൽ എങ്ങിനെ കർമ്മം ചെയ്യണം എന്ന് താത്ത്വിക കാഴ്ചപ്പാടിൽ ഉപദേശിക്കാനും മനുഷ്യവർഗത്തിന്റെ യഥാർത്ഥ കർത്തവ്യം എന്ത് എന്ന് പറഞ്ഞു തരാനുമാണ് ഗീത ശ്രമിക്കുന്നതത്രെ. ഇപ്രകാരം കർമ്മയോഗത്തെ പ്രതിപാദിക്കുന്ന ശാസ്ത്രമായി തിലകന്റെ ഗീതാരഹസ്യം പരി ണമിക്കുന്നു.

'ഗീതയ്ക്കു തുല്യമൊരു അജ്ഞാനം മാറ്റുന്നഗ്രന്ഥം സംസ്കൃതത്തിലെ ന്നല്ല, വിശ്വസാഹിത്യത്തിലും ലഭ്യമല്ല' എന്നു വിശ്വസിച്ച തിലകൻ സർവോപനിഷത്ത് സാരസംഗ്രഹമാകയാൽ ഗീതയുടെ പൂർണനാമം 'ശ്രീമദ് ഭഗവദ് ഗീതാ ഉപനിഷത്ത്' ആണെന്ന് വിശദീകരിക്കുകയും ചെയ്തു. തിലകനെ സംബന്ധിച്ച് ഗീതാധ്യയനം വൈദിക ധർമ്മങ്ങ ളുടെ അധ്യയനം തന്നെയായിരുന്നു. എന്തുകൊണ്ടെന്നാൽ ജ്ഞാന വിചാരങ്ങളായ സാംഖ്യം, ന്യായം, മീമാംസ, ഉപനിഷത്ത് തുടങ്ങിയ വേദാന്ത ശാസ്ത്രങ്ങൾ ആകാവുന്നത്ര ഗീതയിൽ ചർച്ചചെയതാണ് ജ്ഞാനമൂലകവും ഭക്തിപ്രധാനവും കർമ്മയോഗ പ്രധാനവുമായ അന്തിമ രൂപം നൽകിയിരിക്കുന്നത്. അതുകൊണ്ടുതന്നെ ഇന്നു പ്രചാരത്തിലിരിക്കുന്ന വൈദികധർമ്മത്തിന്റെ മൂലരൂപം ഗീതയാ ണെന്നും മറ്റൊരു ഗ്രന്ഥവും ഇത്ര വിശദമായി വൈദിക ധർമ്മത്തെ പ്രതിപാദിക്കുന്നില്ലെന്നും ഗീതാരഹസ്യത്തിൽ വിവരിക്കുന്നു. ഭഗവ ദ്ഗീതയെ മുൻനിർത്തി തിലകൻ ഗീതാരഹസ്യത്തിൽ ഉയർത്തി ക്കൊണ്ടുവരുന്ന പ്രധാനവാദങ്ങൾ ഇവയാണ്;

ഭഗവദ്ഗീതയുടെ അനുകരണമാണ് മറ്റു ഗീതകൾ

'ഗീതാരഹസ്യ'ത്തിന്റെ വിഷയപ്രവേശത്തിൽ അനേകം ഗീത കളെക്കുറിച്ച് തിലകൻ പ്രതിപാദിക്കുന്നുണ്ട്. എന്നാൽ അവധൂത, അഷ്ടാവക്രാദി ഗീതകളുടെയെല്ലാം രചനാരീതിയും വിഷയവും വെച്ചു നോക്കുമ്പോൾ ഭഗവദ്ഗീത വിശ്വപ്രസിദ്ധമായതിനു ശേഷം നിർമ്മിച്ച് പ്രചരിപ്പിച്ചവയാണ് ഇവയെന്നും ഭഗവദ്ഗീതയെപ്പോലെ പ്രശസ്തമായ ഒരു ഗീത തങ്ങളുടെ സമ്പ്രദായത്തിലോ പുരാണത്തിലോ ഇല്ലാതെ വരുന്നത് ഒരു കുറവാണെന്ന് കരുതിയവർ നിർമ്മിച്ച താണ് ഈ ഗീതകളെന്നും 'ഗീതാരഹസ്യം' പ്രതിപാദിക്കുന്നു. ഇതു

4 അതേ പുസ്തകം – xiv

തെളിയിക്കാൻ തിലകൻ അനേകം ഉദാഹരണങ്ങൾ നിരത്തുന്നു. ശിവഗീത, ഈശ്വരഗീത എന്നിവയിൽ ഭഗവദ്ഗീതയിലെ ശ്ലോകങ്ങൾ അതേപടികാണുന്നുവെന്ന് പ്രസ്താവിക്കുന്നതോടൊപ്പം ഭഗവദ്ഗീതയിൽ പാതഞ്ജലയോഗമോ, ഹഠയോഗമോ, കർമത്യാഗമെന്ന സന്യാസമോ വേണ്ടവിധം- വർത്തിച്ചിട്ടില്ലെന്നു കണ്ട് പിന്നീടാരോ കൃഷ്ണാർജ്ജുന സംവാദ രൂപത്തിൽ എഴുതിയതാണ് ഉത്തരഗീതയെന്നും ശിവഗീത, സൂര്യഗീത എന്നിവയിലും പുതുമകളൊന്നുമില്ലെന്നും തിലകൻ ഉദാഹരണ സഹിതം വാദിക്കുന്നു. ഈ വാദം ഭഗവദ്ഗീതയുടെ അനുകരണങ്ങളാണ് മറ്റു ഗീതകൾ എന്ന അനുമാനത്തിലേക്കാണ് നയിക്കുന്നത്.

ഗീത കർമ്മ പ്രധാനമാണ്.

ശങ്കരാചാര്യരുടെ ഭാഷ്യമായിരുന്നു തിലകന് വഴികാട്ടിയെങ്കിലും തിലകൻ ഗീതയെ കർമ്മപ്രധാനമായ ശാസ്ത്രവും കാവ്യവുമായി കാണാനാണ് ശ്രമിച്ചത്. 'ഗീതയിലെ യോഗത്തിന് കർമയോഗമെന്നും യോഗിക്ക് കർമ്മയോഗിയെന്നുമാണ് അർത്ഥമെന്ന് ഒരിക്കൽ തീർച്ചപ്പെട്ടാൽ പിന്നെ ഗീതയിലെ പ്രതിപാദ്യവിഷയമെന്തെന്ന് പറയേണ്ട ആവശ്യമില്ലെന്ന് തിലകൻ വ്യക്തമാക്കുന്നു[5]. മാത്രമല്ല രണ്ടാമധ്യായത്തിലെ ശ്ലോകത്തെ ഗീതാധർമ്മത്തിന്റെ ചതുസൂത്രിയായി വിശേഷിപ്പിക്കുകയും പ്രസ്തുതശ്ലോകത്തിന്റെ വരികളും കർമ്മയോഗ ശാസ്ത്രം അഥവാ ഗീതാധർമ്മത്തിന്റെ ചതുസൂത്രി എന്നുപറയുന്ന പക്ഷം ഒട്ടും അതിശയോക്തിയാവുകയില്ല എന്നു പ്രഖ്യാപിക്കുകയും ചെയ്തു തിലകൻ. ഇപ്രകാരം കർമ്മയോഗമാണ് ഗീതയെന്ന നിലപാടിൽ തിലകൻ ഉറച്ചുനിന്നു.

ഭാഗവതധർമ്മത്തിൽ നിന്നാണ് ഗീതയുടെ ഉല്പത്തി

തിലകനെ സംബന്ധിച്ച് ബി.സി 1400- വർഷം മുമ്പേ ഭാഗവത ധർമ്മമുണ്ട്. കർമ്മ പ്രധാനവും കൃഷ്ണ കേന്ദ്രിതവുമായ ഈ ഭാഗവതധർമ്മം മഹാഭാരതത്തിൽ പ്രവർത്തിച്ചതാണ് ഗീതയുടെ ഉല്പത്തിക്കു കാരണമെന്ന് തിലകൻ വാദിക്കുന്നു. അതിന് ഉദാഹരണവും നൽകുന്നുണ്ട്.

'ഗീതയുടെ നാലാമധ്യായത്തിലെ ഒന്നും രണ്ടും ശ്ലോകങ്ങളുടെ അർത്ഥത്തിൽ വർണിക്കുന്ന പരമ്പര-മഹാഭാരതത്തിലെ നാരായണീയോപാഖ്യാനത്തിൽ പറയുന്ന ഭാഗവത ധർമ്മ പരമ്പരയിലെ അവസാനത്തെ ത്രേതായുഗകാലീന പരമ്പരയുമായി ബന്ധപ്പെടുന്നുണ്ടെന്നും ഇതു പരിശോധിക്കുമ്പോൾ ഗീത

5 ശ്രീമദ് ഭഗവദ് ഗീതാരഹസ്യം. പേജ് 80

ഭാഗവതധർമ്മീയമാണെന്ന് സിദ്ധിക്കുമെന്നും ഗീതാരഹസ്യത്തിൽ പ്രതിപാദിക്കുന്നു.

ബുദ്ധമതത്തിൽ ഗീതാസ്വാധീനമുണ്ട്.

ബ്രഹ്മത്തിന്റെയും ആത്മാവിന്റെയും അസ്തിത്വമംഗീകരിക്കാത്ത ബുദ്ധമതത്തിൽ ഭക്തിപ്രധാനമായ പ്രവൃത്തിമാർഗ്ഗം നിലവിൽ വന്നത് ഭഗവദ്ഗീതയുടെ സ്വാധീനഫലമായാണെന്ന് തിലകൻ കണ്ടെത്താൻ ശ്രമിക്കുന്നുണ്ട്. മാത്രമല്ല മഹായാനപഥത്തിന്റെ ഉല്പത്തിയിൽ ശ്രീകൃഷ്ണനാമം ബൗദ്ധഗ്രന്ഥകാരന്മാർ തന്നെ പ്രയോഗിച്ചിട്ടുണ്ടെന്നും ഗീതയിലെ ഭക്തിപ്രധാനവും പ്രവൃത്തിപ്രധാനവുമായ തത്ത്വങ്ങൾ മഹായാന പഥത്തിലേതുമായി അക്ഷരത്തിലും അർത്ഥത്തിലും സമമാണെന്നും തിലകൻ വാദിക്കുന്നുണ്ട്. ഇത്തരം വാദത്തിലൂടെ ഭഗവദ്ഗീത ബുദ്ധമതത്തിനും മുമ്പേയുണ്ടെന്ന് സ്ഥാപിച്ചെടുക്കാനാണ് തിലകൻ ശ്രമിച്ചത്. കൂടാതെ ഉപനിഷത്തുക്കളുമായി ഗീതയ്ക്ക് സാമ്യവും വ്യത്യാസവുമുണ്ടെന്നും ഉപനിഷത്തിൽനിന്ന് ഭിന്നമായി കപില സാംഖ്യത്തിന് ഗീത ഊന്നൽ നൽകുന്നുണ്ടെന്നും ബ്രഹ്മസൂത്രകാരനാണ് മഹാഭാരതത്തിനും ഗീതയ്ക്കും ഇന്നത്തെ രൂപം കൊടുത്തതെന്നും തിലകൻ വിവരിക്കുന്നു.

ഗീതാതത്ത്വങ്ങൾ ബൈബിൾ കടംകൊണ്ടു

തിലകന്റെ ഏറ്റവും വിവാദാത്മകമായ കണ്ടെത്തലുകളാണ് ബൈബിളിന്റെ പുതിയ നിയമത്തിൽ ഭഗവദ്ഗീതയിലെ ഒട്ടേറെ സിദ്ധാന്തങ്ങൾ കാണാനാകും എന്നത്. ജർമ്മൻ വിവർത്തകനായ ഡോക്ടർ ലാരിസറിന്റെ, ബൈബിളിൽനിന്ന് ഒട്ടേറെ ആശയങ്ങൾ ഗീതയിൽ വന്നിട്ടുണ്ടെന്ന വാദത്തെ നിരാകരിക്കുവാനാണ് തിലകൻ ശ്രമിച്ചത്. ഗീതയിലും വൈദിക ധർമ്മത്തിലും നിന്ന് ബൗദ്ധഗ്രന്ഥങ്ങളിലൂടെ ക്രിസ്തുവോ, ക്രിസ്തു ശിഷ്യന്മാരോ വഴി ബൈബിളിൽ ഗീതാസിദ്ധാന്തങ്ങൾ ചെന്നിരിക്കാനേ ഇടയുള്ളൂവെന്നും തിലകൻ അഭിപ്രായപ്പെടുന്നു. ബുദ്ധമത ഗ്രന്ഥങ്ങളും പുതിയ നിയമവും താരതമ്യം ചെയ്താൽ ക്രിസ്തുവിന്റെ ഉപദേശങ്ങൾക്കും പുതിയ നിയമത്തിലെ വചനങ്ങൾക്കും സാമ്യമുള്ളത് ബുദ്ധന്റെ ഉപദേശങ്ങളോടും ബൗദ്ധഗ്രന്ഥങ്ങളോടുമാണെന്ന് 'ഗീതാരഹസ്യം' സൂചിപ്പിക്കുന്നു. പുതിയ നിയമത്തിൽ കാണുന്ന സന്യാസം, നിർവൈരത്വം, ഭക്തി തത്ത്വം എന്നിവ ബുദ്ധമതത്തിൽ നിന്നും പരമ്പരാഗത വൈദിക ധർമ്മത്തിൽ നിന്നും എടുത്തതാണെന്നും തിലകൻ വിവരിക്കുന്നു. ഇപ്രകാരം ബുദ്ധമതത്തിനും ബൈബിളിനും മുമ്പേ ഉടലെടുത്ത കർമ്മ ഗ്രന്ഥമായി ഭഗവദ്ഗീതയെ തിലകൻ സ്ഥാപിച്ചെടുക്കുന്നു. ഇതിനുവേണ്ടി പുരാണങ്ങൾ, ഇതിഹാസങ്ങൾ, ഉപനിഷത്തുക്കൾ,

സ്മൃതികൾ, പാശ്ചാത്യ-പൗരസ്ത്യ സിദ്ധാന്തങ്ങൾ തുടങ്ങിയവയെ പഠനവിധേയമാക്കുന്ന ശ്രീമദ്ഭാഗവദ്ഗീതാരഹസ്യം.

ഭഗവദ്ഗീതയെ ഏറ്റവും പ്രാചീന ഗ്രന്ഥമായി വിലയിരുത്തുകവഴി ഇന്ത്യൻ സംസ്കാരചരിത്രം ഗീതയിലധിഷ്ഠിതമാണെന്ന വരുത്തി തീർക്കാനും പാശ്ചാത്യവാദങ്ങളെല്ലാം ഗീതയിൽനിന്ന കടം കൊണ്ടതാണെന്ന സ്ഥാപിച്ചെടുക്കാനും ഒരുപരിധിവരെ തിലകൻ ശ്രമിച്ചു. ദേശീയ പ്രസ്ഥാനഘട്ടത്തിൽ നടത്തിയ ഈ ഗീതാ അവലോകനം ഇന്ത്യൻ സാംസ്കാരിക-രാഷ്ട്രീയ പ്രവർത്തനങ്ങളെ ഏറെ സഹായിച്ചിട്ടുമുണ്ട്. തങ്ങൾക്ക് മഹത്തായ ഒരു പാരമ്പര്യമുണ്ടെന്ന വിശ്വസിക്കാനും വാദിക്കാനുമുള്ള സാഹചര്യം ഒരുക്കുന്നതിന് ഗീതാരഹസ്യം വഴിയൊരുക്കി. തിലകനോടൊപ്പം ബ്രിട്ടീഷ് വിരുദ്ധസമരങ്ങളിൽ അണിചേരാനും ഭൂതകാല സുവർണഘട്ടത്തെ തിരിച്ചുകൊണ്ടുവരാനും യുവാക്കളടങ്ങുന്നവർ സന്നദ്ധരായി. ഗീത ആ സന്നദ്ധതയ്ക്ക് കരുത്ത് പകർന്നു.

മഹാത്മാഗാന്ധി–
ഗീത മാതാവാകുന്നു

കോളനി വത്കരണത്തിനും ബ്രിട്ടീഷ് നയങ്ങൾക്കെതിരെയുമുള്ള രാഷ്ട്രീയ പ്രവർത്തനത്തിൽ ഭഗവദ്ഗീതയെ സ്വീകരിക്കാനും പ്രയോഗിക്കാനും മുൻകൈ എടുത്ത ഗാന്ധിജി വളരെ അപ്രതീക്ഷിതമായാണ് ഗീതാപഠനത്തിൽ എത്തിച്ചേരുന്നത്. എഡ്വിൻ ആർനോൾഡിന്റെ 'ദ സോംഗ് സെലിസ്റ്റൽ' (The song celestial) എന്നകൃതിയായിരുന്നു ഗീതാ ഗൃഹത്തിലേക്കുള്ള ഗാന്ധിയുടെ വഴികാട്ടി. മറ്റേതൊരു വിവർത്തനത്തേക്കാളും മികച്ച ഒന്നായാണ് ആർനോൾഡിന്റെ ഈ കൃതിയെ ഗാന്ധി വിലയിരുത്തിയത്.[1]

പിന്നീട് നിരവധി ഗീതാ വിവർത്തനങ്ങളിലൂടെയും കൃതികളിലൂടെയും കടന്നുപോയ ഗാന്ധി സംസ്കൃതഭാഷയെ പഠിക്കുകയും മൂലകൃതി സ്വായത്തമാക്കുകയും ചെയ്തു.

ഗാന്ധിജിയെ സംബന്ധിച്ച് ഗീത കേവലമായ ഒരു കൃതിയായിരുന്നില്ല; മറിച്ച് അമ്മതന്നെയായിരുന്നു. ബനാറസ് യൂണിവേഴ്സിറ്റിയിൽവെച്ച് ഹിന്ദി ഭാഷയിൽ നടത്തിയ പ്രസംഗത്തിൽ ഗാന്ധി ഗീതയോടുള്ള തന്റെ നിലപാട് വ്യക്തമാക്കുന്നത് ഇപ്രകാരമാണ്–

'ഗീത വായിക്കാൻ ഞാൻ സംസ്കൃതം പഠിച്ചു. ഇന്ന് ഗീത എന്റെ ബൈബിളോ ഖുറാനോ അല്ല, എന്റെ മാതാവാണ്'' ഭാഗവതമോ ദേവീഭാഗവതമോ പുരാണമോ വേദങ്ങളോ ഹിന്ദുജനതയുടെ പ്രമാണ ഗ്രന്ഥമാണെന്ന വാദത്തെ അംഗീകരിക്കാൻ ഗാന്ധി തയ്യാറല്ലായിരുന്നു. എന്തുകൊണ്ടെന്നാൽ അവ പഠിച്ചെടുക്കാൻ പതിനഞ്ചു പതിനാറു വർഷങ്ങൾ ആവശ്യമാണ് എന്നതുകൊണ്ടുതന്നെ. അതിനാൽ എഴുന്നൂറു ശ്ലോകങ്ങളിലായി നിലനിൽക്കുന്ന ഭഗവദ്ഗീത എല്ലാ ശാസ്ത്രങ്ങളുടെയും സത്തയാണെന്നും ഹിന്ദുജനതയ്ക്ക് സത്യത്തെ തിരിച്ചറിയാനുള്ള ഏക ഗ്രന്ഥമാണെന്നും ഗാന്ധിജി വിശ്വസിച്ചു.

1 I have read many english translation, but there is nothing to equal edwin Arnold's metrical translation which he had beautifully and aptly called "The song celestial' M.K.Gandhi,Harijan 16-12-29, p. 382

എന്നാൽ ഒരു ചരിത്രഗ്രന്ഥമായി ഗീതയെ ഗാന്ധിജി പരിഗണിച്ചിരുന്നില്ല. ഒരു ധർമ്മ ഗ്രന്ഥമായി മാത്രമാണ് അദ്ദേഹമതിനെ കണ്ടത്. മഹാഭാരതത്തെപ്പോലും ഒരു ധർമശാസ്ത്രമായി കാണാനായിരുന്നു ഗാന്ധിജി ക്ക് താല്പര്യം. ഗാന്ധിജിയുടെ ഗീതാനിലപാടിനെക്കുറിച്ച് നിത്യചൈതന്യയതി ഇപ്രകാരം എഴുതി- "മഹാത്മാഗാന്ധിക്കു ഗീത കൃത്യമായി ഏതു കാലത്ത് രചിച്ചുവെന്നോ, അതിന്റെ ഉപജ്ഞാതാവ് ചരിത്ര പുരുഷനായിരുന്നോ അതോ പുരാണത്തിലെ ഒരു കഥാപാത്രമായിരുന്നോ എന്നൊന്നും തിരുമാനിക്കുന്നതിൽ വലിയ താല്പര്യമില്ലായിരുന്നു'.[2] കുരുക്ഷേത്ര യുദ്ധത്തെ ചരിത്രമായി കാണുന്നതിനു പകരം മനുഷ്യന്റെ അവസ്ഥകളായി കാണാനാണ് ഗാന്ധി ശ്രമിച്ചത്. മനുഷ്യ ഹൃദയമാണ് യഥാർത്ഥ കുരുക്ഷേത്രമെന്നും ആയതിനാൽ ഈശ്വരന്റെ ആവാസകേന്ദ്രമായി ഹൃദയത്തെ കരുതുകയും അതിന്റെ നിയന്ത്രണം ഏറ്റെടുക്കാൻ ഈശ്വരനെ ക്ഷണിക്കുകയും ചെയ്യുമ്പോഴാണ് അത് ധർമ്മക്ഷേത്രമായി തീരുന്നതെന്നും ഗാന്ധി വിശ്വസിച്ചു. ഈ യുദ്ധഭൂമിയിൽ എല്ലാ ദിവസവും ഒരു തരത്തിൽ അല്ലെങ്കിൽ മറ്റൊരു തരത്തിൽ യുദ്ധം അരങ്ങേറുന്നുണ്ടെന്നും അത്തരം യുദ്ധങ്ങളിലധികവും 'എന്റെ' എന്നും 'നിന്റെ' എന്നുമുള്ള ഭേദ വിചാരത്തിൽ നിന്നാണ് ഉടലെടുക്കുന്നതെന്നും ആയതിനാൽ രാഗദ്വേഷങ്ങളാണ് പാപത്തിന്റെ മൂലകാരണവുമെന്ന തത്ത്വമാണ് ഗീത പഠിപ്പിക്കുന്നതെന്നും ഗാന്ധിജി വിശ്വസിച്ചു.

ഗീതയെക്കുറിച്ചുള്ള പ്രഭാഷണങ്ങളും രചനകളുമാണ് ഗാന്ധിയൻ ഗീതാതത്ത്വത്തെ തിരിച്ചറിയാനുള്ള മാർഗം. തന്റെ ആത്മീയ നിഘണ്ടുവായി ഗീതയെ കണ്ട ഗാന്ധിജി തന്റെ പ്രാർത്ഥനാ യോഗങ്ങളിൽ ഗീതവായിക്കുന്നത് പതിവാക്കിയിരുന്നു. അഹമ്മദാബാദിലെ സത്യാഗ്രഹം ആശ്രമത്തിൽ രാവിലെ നടത്തുന്ന പ്രാർത്ഥനായോഗത്തിൽ അവതരിപ്പിച്ച പ്രഭാഷണങ്ങളാണ് 'Discourses on the Gita' എന്ന പ്രധാന രചനയായി രൂപപ്പെട്ടത്. 1929-ൽ യാർവാദ ജയിലിലെ ജീവിതത്തിനിടയിലാണ് ഗാന്ധി ഗീതയുടെ ഗുജറാത്തി വിവർത്തനവും വ്യാഖ്യാനവുമെഴുതുന്നത്. 1930 മാർച്ച് 12-ാം തീയ്യതി പ്രസ്തുത പരിഭാഷ സബർമതിയിൽ നിന്ന് ദണ്ഡിയിലേക്ക് ഗാന്ധി യാത്രയാരംഭിച്ച ദിനത്തിൽ പ്രസിദ്ധീകരിച്ചു. 'അനാസക്തിയോഗം' എന്നറിയപ്പെടുന്ന ഈ കൃതി പിന്നീട് മഹാദേവദേശായി 'The Gita According to Gandhi' എന്ന പേരിൽ ഇംഗ്ലീഷിലേക്ക് പരിഭാഷപ്പെടുത്തി. യർവാദ ജയിലിൽ വെച്ചു തന്നെ എല്ലാ ആഴ്ചയിലും വളരെ ലളിതമായി ഗീതയെ പരിചയപ്പെടുത്തിക്കൊണ്ട് ആശ്രമത്തിലേക്ക് ഗാന്ധിജി കത്തുകൾ അയച്ചിരുന്നു. അത് 'Letters on the Gita

2 എന്റെ ഹൃദയത്തിലെ ഗാന്ധി, പേജ്- 103

എന്ന പേരിൽ പിന്നീട് പ്രസിദ്ധീകരിക്കപ്പെട്ടു. 1925 ഒക്ടോബർ 11ന് 'നവജീവൻ' പത്രത്തിൽ ആറുപേജുള്ള ലേഖനം 'Meaning of the Gita എന്ന പേരിൽ എഴുതിയതാണ് ഗാന്ധിയുടെ മറ്റൊരു സംഭാവന. ഇപ്രകാരം പ്രഭാഷണങ്ങൾ ക്ലാസുകൾ, രചനകൾ എന്നിവയിലൂടെ ഗാന്ധിയൻ ഗീതാപ്രയോഗങ്ങൾ ശക്തി പ്രാപിച്ചു. അഹിംസാവ്രതത്തിൽ അടിയുറച്ചു വിശ്വസിച്ച ഗാന്ധിക്ക് ഗീതയെ അഹിംസയുടെ സന്ദേശമായി കാണാനായിരുന്നു താല്പര്യം. മാത്രമല്ല ഗീതയിൽ പ്രതീകാത്മകമായ അർത്ഥം കാണാൻ അദ്ദേഹം ശ്രമിച്ചു. ദുര്യോധനനേയും കൂട്ടരേയും നമ്മുടെ ഉള്ളിലെ ചെകുത്താന്റെ വികാരങ്ങളെ പ്രതിനിധീകരിക്കുന്ന സന്ദർഭങ്ങളായും അർജ്ജുനനെയും കൂട്ടരേയും ദൈവ വിചാരങ്ങളെ ഉൾക്കൊള്ളുന്ന സന്ദർഭങ്ങളായും ഗാന്ധിജി വിലയിരുത്തി.

'അനാസക്തി' അഥവാ ആഗ്രഹമില്ലായ്മയാണ് ഗാന്ധിയെ സംബന്ധിച്ച് ഗീത പഠിപ്പിക്കുന്നത്. 'ഫലാസക്തിയെ ത്യജിച്ച് കർമം ചെയ്യുക, നിഷ്കാമമായി കർമ്മം ചെയ്യുക' എന്നതത്രേ ഗീതോപദേശം. ഫലത്യാഗം എന്നത് ഗാന്ധിയെ സംബന്ധിച്ച് ഫലാസക്തിയുടെ അഭാവമാണ്. ഫലത്യാഗിക്ക് വാസ്തവത്തിൽ ആയിരം മടങ്ങ് ഫലം സിദ്ധിക്കുമെന്ന് ഗാന്ധി വിശ്വസിച്ചു. ഫലത്തെ പറ്റി സദാചിന്തിച്ചു കൊണ്ടിരിക്കുന്നവൻ പലപ്പോഴും കർമ്മഭ്രഷ്ടനായും ഭീരുവായും ക്രോധത്തിനടമയായും തീരുമെന്നും ഗാന്ധി ഓർമ്മിപ്പിച്ചു.[3] ലോകവ്യവഹാരത്തിൽ കൊണ്ടുവരാൻ സാധിക്കാത്ത ധർമ്മം ധർമ്മമല്ലെന്നും ഗീതയിൽ ഇത് സൂചിപ്പിച്ചിട്ടുണ്ടെന്നും വ്യക്തമാക്കിയ ഗാന്ധി ഗീതയിലെ ഉപദേശങ്ങളെ പ്രവൃത്തിയിൽ കൊണ്ടുവരുവാൻ ആഗ്രഹിക്കുന്നവർക്ക് സത്യവും അഹിംസയും സ്വയമേവപാലിക്കേണ്ടി വരുമെന്ന് ഓർമിപ്പിക്കുന്നു. അതുകൊണ്ടുതന്നെ ഗീതയിലെ'അനാസക്തി' സിദ്ധാന്തത്തിൽ അഹിംസ സ്വയമേവ വിവരിക്കപ്പെട്ടിട്ടുണ്ടെന്ന് ഗാന്ധി ഓർമ്മിപ്പിക്കുന്നു. മാത്രമല്ല ഗീതാകാലത്തിനുമുമ്പു തന്നെ യജ്ഞത്തിൽ ജന്തുഹിംസ വ്യാപകമായിരുന്നിട്ടും ഗീതയിലെ യജ്ഞവിവരണത്തിൽ അതിന്റെ ഗന്ധം പോലുമില്ലെന്ന് ഗാന്ധി വിവരിച്ചു.[4] ഇപ്രകാരം അനാസക്തിയിലൂടെ അഹിംസയെ കണ്ടെത്താൻ ഗാന്ധി ശ്രമിച്ചു.

ഇന്ത്യൻ സ്വാതന്ത്ര്യസമരത്തിൽ ഗാന്ധിക്കു കരുത്തു പകരുന്നതും ഒരു പരിധിവരെ ഗീതയായിരുന്നു. അദ്ദേഹത്തിന്റെ ഏറ്റവും പ്രധാനപ്പെട്ട സംഭാവനയായ 'സത്യാഗ്രഹ പ്രസ്ഥാനം' ഗീതാതത്ത്വത്തെ

3 അനാസക്തിയോഗം, ആമുഖം xvii

4 ഗാന്ധിജി അഹിംസയിലുള്ള തന്റെ ഉറച്ചവിശ്വാസത്തിന് അടിസ്ഥാനം ഉറപ്പിച്ചിട്ടുള്ളത് ഗീതിലാണ്- നെഹ്റു, ഇന്ത്യയെ കണ്ടെത്തൽ.

മുൻനിർത്തിരൂപപ്പെട്ടവയായിരുന്നു. ഗീതയിലെ രണ്ടാമധ്യായത്തിലെ 'സ്ഥിത പ്രജ്ഞ' സങ്കല്പമാണ് ഗാന്ധിയെ ഏറെ സ്വാധീനിച്ച ഘടകം. ഒരു മാതൃകാസത്യാഗ്രഹി സ്ഥിത പ്രജ്ഞനെപ്പോലെയാകണമെന്ന് ഗാന്ധി നിർദേശിക്കുന്നു. ദുഃഖങ്ങളിൽ അചഞ്ചലമായ മനസോടു കൂടിയവനും സുഖങ്ങളിൽ ആഗ്രഹമില്ലാത്തവനും രാഗമോ ഭയമോ ക്രോധമോ ഇല്ലാത്തവനുമായ യോഗിയാണ് സ്ഥിതപ്രജ്ഞൻ എന്നതു പോലെ ഭയവും രാഗവും ക്രോധവുമില്ലാതെ പ്രവർത്തിക്കുന്നവനാകണം യഥാർത്ഥ സത്യാഗ്രഹിയെന്ന് ഗാന്ധിജി തെളിയിച്ചു. ഗീതയിലെ പന്ത്രണ്ടാമധ്യായത്തിലെ'ഭക്തലക്ഷണം' പറയുന്ന അവസരത്തിൽ ചോദ്യോത്തര രൂപത്തിൽ 'സർവ്വാരംഭപരിത്യാഗിയാണ് ഭക്തൻ' എന്ന തത്ത്വത്തെ ഗാന്ധി വിശദീകരിക്കുന്നത് ഇപ്രകാരമാണ്. "ഇന്ന് ഖാദിയുണ്ടാക്കുന്നവൻ നാളെ ഗോപാലകനായും അടുത്തദിവസം കർഷകനായും ഇനിയൊരു ദിവസം വൈദ്യനായും പണിയെടുക്കില്ല. അയാൾക്ക് എന്താണോ ജന്മനാ ലഭിച്ചിട്ടുള്ളത് അതിന്റെ പൂർണത കൈവരിക്കലായിരിക്കും അയാളുടെ ലക്ഷ്യം. അഹങ്കാര വിമുക്തന് സ്വയം ഒന്നും ചെയ്യാനില്ല ഇത്. രാഷ്ട്രസേവനത്തിനും ബാധകമാണ്".[5] രാഷ്ട്ര സേവനത്തിന് അവരവർക്കു ചെയ്യാനാകുന്ന കർമ്മം ചെയ്യാൻ ഇതിലൂടെ ഗാന്ധി പ്രേരിപ്പിച്ചു. ഭക്തൻ ഒരിക്കലും കർമ്മ വിമുഖനല്ല പകരം, കർമ്മമല്ലാതെ അയാൾക്കു മറ്റൊന്നില്ല എന്ന തത്ത്വമാണ് ഗീത പഠിപ്പിക്കുന്നതെന്നും ഗാന്ധി അഭിപ്രായപ്പെട്ടു. അതുകൊണ്ട് കർമ്മ വിമുക്തത രാജ്യഭക്തനു ചേർന്നതല്ല എന്ന ആശയമാണ് ഗാന്ധി അവതരിപ്പിച്ചത്.

ഗീതയിൽ നിന്ന് ഗാന്ധിജി ഉൾക്കൊണ്ട മറ്റൊരു പ്രധാന ആദർശം 'യജ്ഞം' എന്ന തത്ത്വമാണ്. പുരാതന കാലത്ത് 'യജ്ഞം' എന്ന പദം ജന്തുബലിക്കും മറ്റും ഉപയോഗിച്ചിട്ടുണ്ടെങ്കിലും ഗീത ഒരിക്കലും അത്തരത്തിലുള്ള ഹിംസായജ്ഞത്തെ പ്രതിപാദിക്കുന്നില്ലെന്ന് ഗാന്ധി തിരിച്ചറിഞ്ഞിരുന്നു. അതിനാൽ എല്ലാ കർമ്മങ്ങളും 'യജ്ഞ' മായിരിക്കണമെന്ന് ഗാന്ധി ഉപദേശിച്ചു. സ്വദേശിയത പ്രോത്സാഹിപ്പിക്കുന്ന നൂൽനൂൽപ്പ്, കുടിൽ വ്യവസായം, ഖാദി തുടങ്ങിയവയെല്ലാം ഗാന്ധിജിക്ക് യജ്ഞമായിരുന്നു. സ്വദേശി/ബഹിഷ്കരണ പ്രസ്ഥാനങ്ങൾ ശക്തിപ്രാപിച്ച ഘട്ടങ്ങളിൽ വിദേശ വസ്തുക്കളെ ബഹിഷ്കരിക്കാനും സ്വദേശീയതയെ നിലനിർത്താനുമുള്ള പ്രേരണഗാന്ധിയിലൂടെയും സാധിച്ചു. അതിനു പ്രേരകശക്തിയായയതാകട്ടെ ഭഗവദ്ഗീതയും. ദണ്ഡിയാത്രയും, ഉപ്പുകുറുക്കലും സ്വാതന്ത്ര്യ സമരവുമെല്ലാം യജ്ഞമായിത്തീരുമ്പോൾ അത്

5 Selected work of Gandhi, p. 183

അഹിംസാതത്ത്വത്തിൽ അടിയുറച്ചതുകൂടിയാകുന്നു. ഇപ്രകാരം അനാസക്തിയിലധിഷ്ഠിതമായതും യജ്ഞസമാനവുമായ സ്വാത ന്ത്ര്യപോരാട്ടത്തെ ഗീതയിലൂടെ ഗാന്ധിജി ആവിഷ്കരിച്ചു.

'നിസ്സഹരണപ്രസ്ഥാനം' ശക്തിപ്രാപിച്ചഘട്ടത്തിലും പ്രസ്തുത കാഴ്ചപ്പാടിന്റെ അടിസ്ഥാനത്തിൽ ഗാന്ധി ഗീതയെ വ്യാഖ്യാനി ക്കുന്നുണ്ട്. ദുര്യോധനനെ നല്ലവരായ ദ്രോണരും ഭീഷ്മരും സഹാ യിക്കുന്നതിനർത്ഥം തിന്മലോകത്തിൽ ഒറ്റക്കായി നിൽക്കുന്നില്ല എന്നതാണ്. ചില നന്മകളോട് കൂടി അത് ഒന്നു ചേർന്നാണ് നിൽ ക്കുന്നത്. ഇതുപോലെയാണ് നിസ്സഹകരണത്തിന്റെ തത്ത്വവും. സർക്കാർ പ്രതിനിധീകരിക്കുന്ന തിന്മയ്ക്ക് നല്ലയാളുകളുടെ പിന്തുണ യില്ലാതെ നിൽക്കാനാവില്ലെന്ന് ഗാന്ധി വ്യക്തമാക്കി. ഇപ്രകാരം നിസ്സഹകരണ പ്രസ്ഥാനത്തിനു ശക്തി പകരാൻ ഗാന്ധി ഗീതയെ പ്രയോഗിച്ചു.

സാമൂഹ്യ പരിഷ്കരണത്തിനുള്ള ആയുധമായും ഗാന്ധി ഗീതയെ പ്രയോഗിച്ചു. മനുഷ്യരെല്ലാം തുല്യരാണെന്നു വിശ്വസിച്ച അദ്ദേഹം അയിത്തവും മാറ്റി നിർത്തലും അധാർമികമാണെന്നു പ്രഖ്യാപിച്ചു. ഭഗവദ്ഗീതയെ ഏതെങ്കിലുമൊരു മതത്തിന്റേയോ ജാതിയുടേയോ ഗ്രന്ഥമായി അംഗീകരിക്കാൻ ഗാന്ധി തയ്യാറായില്ല. 'എല്ലാ മനുഷ്യർ ക്കും, എല്ലാ വംശങ്ങൾക്കും, എല്ലാ പ്രായക്കാർക്കും സ്വീകരിക്കാവുന്ന തത്ത്വമാണ് ഗീതയിലേത്'' എന്ന് ഗാന്ധി വിശ്വസിച്ചു. ഗീതയുടെ ഗുജറാത്തിപരിഭാഷയുടെ ആമുഖത്തിൽ 'സ്ത്രീകൾ, ശൂദ്രർ മുതലായ അക്ഷരജ്ഞാനം കുറഞ്ഞവർക്കു കൂടിയാണ് ഈ തർജമ നിർവഹി ച്ചതെന്ന് ഗാന്ധി അഭിപ്രായപ്പെട്ടു.[6] ഇപ്രകാരം ജാതി ബോധത്തെ ഒരു പരിധിവരെ ഖണ്ഡിക്കാനും തന്റെ ഗീതാപ്രയോഗത്തിലൂടെ ഗാന്ധിക്കു കഴിഞ്ഞിട്ടുണ്ട്. സ്ത്രീകളുടെ ഉന്നമനത്തിനും വിദ്യാ ഭ്യാസത്തിനും വേണ്ടി പ്രയത്നിച്ചപ്പോഴും ഗീതാതത്ത്വത്തേയാണ് ഗാന്ധി അവലംബിച്ചത്. സ്ത്രീ പുരുഷന്മാർ തമ്മിലുള്ള ഉച്ചനീചത്വം ഗീത അനുവദിക്കുന്നില്ല എന്ന് ചൂണ്ടിക്കാട്ടിയ അദ്ദേഹം 'സമത്വം' എന്ന ആശയത്തെ രംഗത്തെത്തിച്ചു.

ഭഗവദ്ഗീതയിലെ കർമ്മ രഹസ്യം തന്നെയാണ് ഗാന്ധിജിയേ യും ആകർഷിച്ചത്. പ്രത്യേകിച്ച് നിഷ്കാമകർമ്മം. നിഷ്കാമ കർമ്മ ത്തിലൂടെയുള്ള ലോക സംഗ്രഹം എന്ന തത്ത്വം ഇന്ത്യൻ ജനതയിലും പ്രാവർത്തികമാക്കാൻ അദ്ദേഹം ശ്രമിച്ചു. സ്വാതന്ത്ര്യസമര പ്രവർത്തനത്തെപ്പോലും ലോകനന്മയ്ക്കായി കാണാനും അതുവഴി അഹിംസയെ പ്രോത്സാഹിപ്പിക്കുവാനുമാണ് ഗീതാതത്ത്വത്തിലൂടെ

6 അനാസക്തിയോഗം – xii

ഗാന്ധിജി ഉദ്ദേശിച്ചത്. മാത്രമല്ല തന്റെ പ്രാർത്ഥനായോഗങ്ങളിലെല്ലാം തന്നെ ഖുറാനും ബൈബിളിനുമൊപ്പം ഗീത പാരായണം ചെയ്യാൻ അദ്ദേഹം ശ്രമിക്കുകയും മതേതരത്ത്വത്തെ ഊട്ടിയുറപ്പിക്കുകയും ചെയ്തു. മാത്രമല്ല സത്യാഗ്രഹം, അഹിംസാവാദം, നിസ്സഹകരണ പ്രസ്ഥാനം, നൂൽനൂൽപ്പ്, കുടിൽ വ്യവസായം, തുടങ്ങി ഇന്ത്യൻ സ്വാതന്ത്ര്യസമരവുമായി ബന്ധപ്പെട്ട എല്ലാ ഗാന്ധിയൻ പ്രവർത്തനങ്ങൾക്കും പിന്നിൽ പ്രവർത്തിച്ചതും ഗീതയിലെ കർമ്മതത്ത്വം തന്നെയായിരുന്നു. അതിനാൽ ഇന്ത്യൻ സ്വാതന്ത്ര്യസമരത്തിലെ ഗാന്ധിയൻ ചരിത്രത്തിൽ ഒഴിച്ചുകൂടാനാവാത്ത പുസ്തകമാണ് ഭഗവത്ഗീത.

വിനോബാഭാവെയും സാമ്യയോഗയും

1916 ൽ ഗാന്ധിജിയെ കണ്ടുമുട്ടിയതോടെയാണ് വിനോബഭാവേയുടെ ജീവിതത്തിന് വഴിതെളിയുന്നത്. പിന്നീട് ഗാന്ധി ശിഷ്യരിൽ പ്രമുഖനും ഭൂദാനപ്രസ്ഥാനത്തിന്റെ ഉപജ്ഞാതാവുമായി വിനോബ മാറി. ഗാന്ധിയുമായുള്ള സമ്പർക്കത്തിലൂടെ സംസ്കൃതവും മറ്റ് ഇന്ത്യൻ സാഹിത്യവും മനസിലാക്കിയ ഭാവേ തുടർന്ന് ഉപനിഷത്ത്, ഭഗവദ്ഗീ,ത ബ്രഹ്മസൂത്രം, മനുസ്മൃതി, യോഗ വൈശേഷിക ദർശനങ്ങൾ, യാജ്ഞവല്ക്യസ്മൃതി തുടങ്ങിയ ശ്രുതി-സ്മൃതി ഗ്രന്ഥങ്ങൾ ആഴത്തിൽ പഠിച്ചു. മാത്രമല്ല സംസ്കൃതവും ഗീതയും ഉപനിഷത്തും പഠിപ്പിക്കുന്നതിൽ അതീവ താല്പര്യം കാട്ടുകയും ചെയ്തു. തുടർന്ന് ഗാന്ധിയോടൊപ്പം അഹിംസ സിദ്ധാന്തത്തിൽ ഉറച്ചു നിൽക്കുകയും ഖാദി കുടിൽ വ്യവസായം, വിദ്യാഭ്യാസം തുടങ്ങിയ പ്രവർത്തനങ്ങൾക്ക് നേതൃത്വം വഹിക്കുകയും ചെയ്തു. നിരവധി സത്യാഗ്രഹങ്ങളിൽ പങ്കെടുക്കുകയും ആറുതവണ അദ്ദേഹം അറസ്റ്റു ചെയ്യപ്പെടുകയുമുണ്ടായി.

ഗാന്ധിജിയുമായുള്ള സഹവാസത്തിൽ നിന്നാണ് ഗീത വിനാബായെ ആഴത്തിൽ സ്വാധീനിച്ചത്. തുടർന്ന് അത് അദ്ദേഹത്തിന്റെ ആത്മാവും പ്രാണവായുവുമായി മാറി.

ബാലഗംഗാധരതിലകനേയും ഗാന്ധിജിയേയും പോലെ ജയിലിൽ വെച്ചാണ് വിനോബാഭാവെയുടെയും ഗീതാവ്യാഖ്യാനങ്ങൾ രൂപപ്പെടുന്നത്. ധൂല ജയിലിലെ തടവു ജീവിതത്തിനിടയിൽ എല്ലാ ഞായറാഴ്ചയും ഭഗവദ്ഗീതയുടെ ഓരോ അധ്യായങ്ങളെക്കുറിച്ച് വിനോബാ ക്ലാസെടുത്തിരുന്നു. 1932 ഫെബ്രുവരി 21 മുതൽ ജൂൺ 19 വരെ നടത്തിയ ഈ പതിനെട്ട് പ്രഭാഷണങ്ങളാണ് 'ഗീതാ പ്രവചനം' എന്ന പേരിൽ പിന്നീട് പ്രസിദ്ധീകരിക്കപ്പെട്ടത്. 'The stead fast wisdom എന്ന കൃതി 1944 ൽ സോനി ജയിലിൽ വെച്ച് നടത്തിയ പ്രഭാഷണങ്ങളാണ്. ഈ കൃതികളാണ് ഗീതയെക്കുറിച്ചുള്ള

വിനോബായുടെ കാഴ്ചപ്പാടുകളെ അവതരിപ്പിക്കുന്നതിൽ പ്രധാനപ്പെട്ടവ. വിനോബാ ഗീതയിൽ കണ്ട പ്രധാന സന്ദേശങ്ങൾ ഇവയാണ്-

a) സാമ്യയോഗം b) നിഷ്കാമകർമ്മം c) യജ്ഞം d) മതൈക്യം.

വിനോബായ്ക്ക് മുമ്പുള്ള വ്യാഖ്യാതാക്കളിൽ പലരും ഗീതയെ ജ്ഞാനതത്ത്വത്തിലൂടെയോ, കർമ്മതത്ത്വത്തിലൂടെയോ, ഭക്തിയിലൂടെയോ വിവരിക്കാനും വ്യാഖ്യാനിക്കാനുമാണ് ശ്രമിച്ചത്. എന്നാൽ വിനോബായാകട്ടെ ഗീതയിലെ തത്ത്വം 'സാമ്യയോഗ'മാണെന്നു പറയുന്നു. എന്തുകൊണ്ടെന്നാൽ ഗീത വിവിധ യോഗങ്ങളെ സമന്വയിപ്പിക്കുകയാണ് ചെയ്യുന്നത്. അഥവാ യോഗത്തിലൂടെ ചിത്തത്തിൽ സാമ്യാവസ്ഥ ഉണ്ടാക്കുവാനാണ് ശ്രമിക്കുന്നത്. അങ്ങനെ വിവിധ ശ്രമങ്ങളിലൂടെ ഉള്ളിൽ സാമ്യാവസ്ഥ ഉണ്ടാക്കുക എന്ന സമാനധർമ്മം അനുഷ്ഠിക്കുന്നതിനാലാണത്രെ വിനോബാ ഗീതയ്ക്ക് 'സാമ്യയോഗം' എന്ന പേരു നൽകിയത്. ഗാന്ധിയെപ്പോലെ തന്നെ നിഷ്കാമകർമ്മം വിനോബായെ ഏറെ സ്വാധീനിച്ചിട്ടുണ്ട്. ഫലമിച്ഛിക്കാതെ ചെയ്യുന്ന പ്രവൃത്തിയാണ് ഏറ്റവും നല്ല ധർമ്മമെന്ന് വിനോബാ വിശ്വസിച്ചു. അതുകൊണ്ടുതന്നെ സാമ്യയോഗം നിഷ്കാമകർമ്മത്തിലേക്ക് നയിക്കുന്നു. ഭക്തിയിലൂടെ സേവനത്തിലേക്കും സേവനം യജ്ഞത്തിലേക്കും യജ്ഞം ദാനത്തിലേക്കും ദാനം സമർപ്പണത്തിലേക്കും നയിക്കുമെന്ന് വിനോബാ അഭിപ്രായപ്പെട്ടു. സ്വാതന്ത്ര്യ സമരഘട്ടത്തിലെ ഈ സന്ദേശം ദേശഭക്തിയിലേക്കും അതുവഴി ദേശസേവനത്തിലേക്കും ദേശസേവനം പ്രവൃത്തിമാർഗ്ഗത്തിലേക്കും നയിക്കുമെന്ന് വിനോബാ കരുതിയിട്ടുണ്ടാവണം.

വിനോബായുടെ അഭിപ്രായത്തിൽ കർത്തവ്യത്തെക്കുറിച്ച് മനസിൽ വ്യാകുലതയുണ്ടാവുമ്പോൾ മനുഷ്യൻ ചെയ്യേണ്ടതെന്താണെന്ന് ഒരു യുദ്ധത്തിന്റെ രൂപകം വഴിയായി ഗീത മനസിലാക്കിതരികയാണു ചെയ്യുന്നത്. യഥാർത്ഥത്തിൽ നന്മയും തിന്മയും തമ്മിലുള്ള പോരാട്ടമാണ് ഗീത.[7] ഗാന്ധിജിയെപ്പോലെ തന്നെ വിനോബായും കുരുക്ഷേത്രയുദ്ധത്തെ മനുഷ്യമനസിലെ യുദ്ധവുമായി താരതമ്യപ്പെടുത്തുന്നുണ്ട്. പുറത്തെന്നപോലെ നമ്മുടെ അകത്തും കുരുക്ഷേത്രമുണ്ടെന്നും സൂക്ഷ്മമായി നോക്കിയാൽ നമ്മുടെ മനസിൽ ഉണ്ടായിക്കൊണ്ടിരിക്കുന്ന അഥവാ എപ്പോഴുമുള്ള യുദ്ധം തന്നെയാണ് ബാഹ്യലോകത്തും സംഭവിക്കുന്നതെന്നും വിനോബ വിശ്വസിച്ചു. ഒപ്പം സദ്ഗുണങ്ങളും ദുർഗുണങ്ങളും തമ്മിലുള്ള അഥവാ അവയുടെ സൈന്യങ്ങൾ തമ്മിലുള്ള യുദ്ധമാണ് ഗീതയെന്നു പറയാനും വിനോബാ ശ്രമിച്ചു. ഈ വിവരണം പരോക്ഷമായി

7 Talk on Gita, P. 206

ഇന്ത്യൻ സ്വാതന്ത്ര്യ സമരസേനാനികളും ബ്രിട്ടീഷ് അധികാരികളും തമ്മിലുള്ള യുദ്ധത്തിന്റെ വ്യാഖ്യാനമാണെന്ന് സൂക്ഷ്മ വായനയിൽ നിന്നു മനസിലാക്കാം. മാത്രമല്ല ബ്രിട്ടീഷുകാരുടെ ഭിന്നിപ്പിച്ചു ഭരിക്കുക എന്ന നയത്തെ ചെറുക്കാൻ വിനോബായുടെ ഗീതാവ്യാഖ്യാനത്തിനു കഴിഞ്ഞു. മതങ്ങളുടെ പരസ്പരമുള്ള ഐക്യത്തിന്റെ പ്രതീകമായി അദ്ദേഹം ഗീതയെ അവതരിപ്പിച്ചു. വിനോബാ പറയുന്നു- 'ഗീത ഏതെങ്കിലുമൊരു പ്രത്യേക മതവിഭാഗക്കാരുടെ ഗ്രന്ഥമാണെന്നു ഞാൻ കരുതുന്നില്ല. ധർമ്മ പഥവും പർവത പ്രസംഗവും പോലെ ലോകത്തിന്റെ ആകെ സ്വത്താണ് ഗീത[8]. ഈ സന്ദേശം ഗീതയെ മതവത്ക്കരിക്കാനുള്ള ശ്രമത്തെ ചെറുക്കുകയും വിശാലമായ മതൈക്യത്തെ നിലനിർത്താനുള്ള പാത തുറക്കുകയും ചെയ്തു. ഗീതയോടൊപ്പം തന്നെ വിനോബാ ഖുറാനും ബൈബിളും പഠിക്കുകയും അതിലെ ഉപദേശങ്ങളെ സ്വീകരിക്കുകയും ചെയ്തിട്ടുണ്ട്.

ഗാന്ധിയെപ്പോലെ വിനോബായെ സംബന്ധിച്ചും എല്ലാ പ്രവൃത്തികളും യജ്ഞമായിരുന്നു. ഖാദി, നൂൽനൂൽപ്പ്, കുടിൽ വ്യവസായം എന്നീ പ്രക്രിയകളെല്ലാം യജ്ഞരൂപേണ അദ്ദേഹം ആവിഷ്കരിക്കുകയും കൂടുതൽ പേരെ അതിലേക്ക് ആകർഷിക്കുകയും ചെയ്തു. സത്യാഗ്രഹത്തെ അദ്ദേഹം യജ്ഞമായും സ്വധർമ്മമായും കണ്ടു. പിന്നീട് 'സ്വരാജ്' എന്ന സങ്കല്പത്തെ 'ഗ്രാമരാജ്' എന്നു വിശേഷിപ്പിക്കുകയും ഗ്രാമങ്ങളുടെ ഉയർച്ചയ്ക്കും പുരോഗതിക്കും വേണ്ടി പ്രവർത്തിക്കുകയും ചെയ്തു. അതിനു കരുത്തു പകർന്നതാകട്ടെ ഭഗവദ്ഗീതയും. തന്റെ ഭൂദാന പ്രസ്ഥാനത്തിനുവേണ്ടി പ്രചരണം നടത്തുമ്പോൾ ഗീതയ്ക്കും അദ്ദേഹം പ്രചാരം കൊടുത്തു. ഓരോ ദിവസവും 'Talks on gita' എന്ന കൃതി അദ്ദേഹം കൈയ്യൊപ്പിട്ട് നൽകിയിരുന്നു. ഭൂദാനയാത്രയിൽ 'ഗീതാ പ്രവചനം' എത്തിയ ദിക്കിലെല്ലാം ജനങ്ങൾക്ക് ഭൂദാന യജ്ഞത്തിനുള്ള പ്രേരണ ഗീതയിൽ നിന്ന് ലഭിച്ചിട്ടുണ്ടെന്ന് ആമുഖത്തിൽ വിനോബ പറയുന്നുണ്ട്. ഇപ്രകാരം സ്വദേശവത്കരണം, സത്യാഗ്രഹം, നൂൽനൂൽപ്പ്, തുടങ്ങി 'സ്വരാജ്' വരെയുള്ള സ്വാതന്ത്ര്യ സമരഘട്ടങ്ങളിലെല്ലാം തന്നെ വിനോബാ ഗീതയെ സ്വീകരിക്കുകയും പ്രയോഗിക്കുകയും ചെയ്തിട്ടുണ്ട്. അദ്ദേഹം എഴുതുന്നു- 'എന്റെ ജീവിതത്തിൽ ഗീതയ്ക്കുള്ള സ്ഥാനം വർണിക്കുക സാധ്യമല്ല. ഗീത എനിക്കു ചെയ്ത ഉപകാരം അളവറ്റതാണ്. ഞാൻ ദിവസേന അതിനെ ആശ്രയിക്കുന്നു, എനിക്കു ദിവസേന അതിൽ നിന്ന് സഹായം ലഭിക്കുന്നുമുണ്ട്. ഇപ്രകാരം ഗീതയെ ഇന്ത്യയുടെ മഹത്തായ ഉന്നമനത്തിനും സ്വാതന്ത്ര്യത്തിനും മതനിരപേക്ഷതയ്ക്കുമുള്ള കൃതിയായി വിനോബഭാവേ ആവിഷ്ക്കരിച്ചു.

8 Talk on Gita, Introduction

കവിയും എഴുത്തുകാരനും ചിത്രകാരനും സ്വാതന്ത്ര്യസമരത്തിന്റെ ശക്തനായ വക്താവും ദേശീയ ഗാനത്തിന്റെ രചയിതാവുമായ രബീന്ദ്രനാഥ ടാഗോർ തന്റെ സഞ്ചാരങ്ങൾക്കിടയിലെല്ലാം ഇന്ത്യൻ ദർശനങ്ങളോടൊപ്പം തന്നെ ഭഗവദ്ഗീതയെക്കുറിച്ചുള്ള കാഴ്ചപ്പാടും അവതരിപ്പിച്ചിട്ടുണ്ട്. ജ്ഞാനത്തിലൂടെയും സ്നേഹത്തിലൂടെയും ഏകമായ സത്യത്തെ പ്രാപിക്കാനുള്ള വിവിധ സമീപനങ്ങളുടെ സമന്വയം ഗീത വിശദീകരിക്കുന്നുണ്ടെന്നും ആത്മീയവും തത്ത്വശാസ്ത്രപരവുമായ പ്രകല്പനത്തിന്റെയും പ്രയോഗത്തിന്റെയും വിന്യാസപരിധിയുടെ വിവരണം ഗീത സംക്ഷേപിക്കുന്നുണ്ടെന്നും അദ്ദേഹം അഭിപ്രായപ്പെട്ടു. ആത്മീയ സംരഭങ്ങളുടെ പൊരുത്തപ്പെടലിന്റെ കേന്ദ്ര തത്ത്വം വസ്തുത്യാഗമല്ല കാമത്യാഗമാണ് അഥവാ ലോകത്യാഗമല്ല ആത്മ ത്യാഗമാണ് എന്ന ഗീത പഠിപ്പിക്കുന്നതായും ടാഗോർ വിവരിച്ചു. ലോക സംഗ്രഹതത്ത്വം തന്നെയാണ് ടാഗോർ തന്റെ ഗീതാകാഴ്ചപ്പാടിലൂടെ അവതരിപ്പിച്ചത്. അത് ഇന്ത്യൻ ജനതയെ ഏറെ സ്വാധീനിക്കുകയും ചെയ്തു.[9]

സ്വാതന്ത്ര്യസമരത്തിലെ മറ്റൊരു പ്രബല വ്യക്തിത്വമായ ജവഹർലാൽ നെഹ്റു തന്റെ 'ഇന്ത്യയെ കണ്ടെത്തൽ' എന്ന കൃതിയിൽ ഗീതയ്ക്കായി ഒരു ഭാഗം മാറ്റിവെച്ചിട്ടുണ്ട്. ഭഗവദ് ഗീതയെ മഹാഭാരതത്തിന്റെ ഭാഗമായി കാണാനും ബുദ്ധന്റെ കാലഘട്ടത്തിന് മുമ്പ് വിരചിതമായ കൃതിയായി വിലയിരുത്താനുമാണ് അദ്ദേഹം ശ്രമിച്ചത്.[10] പ്രതിസന്ധി ഘട്ടങ്ങളിലെല്ലാം- മനുഷ്യമനസ് സന്ദേഹത്താൽ കലുഷിതമാകുമ്പോഴും കർമ്മങ്ങളുടെ സംഘട്ടനത്താൽ ഛേദിക്കപ്പെടുമ്പോഴും വെളിച്ചത്തിനും മാർഗദർശനത്തിനും വേണ്ടി അത്യധികമായി ആരും ഗീതയിലേക്ക് തിരിയുമെന്ന് നെഹ്റു വിശ്വസിച്ചു. എന്തു കൊണ്ടെന്നാൽ രാഷ്ട്രീയവും സാമൂഹികവുമായ പ്രതിസന്ധിയുടെ അല്ലെങ്കിൽ ആത്മാവിന്റെ പ്രതിസന്ധിയുടെ കാവ്യമാണ് നെഹ്റുവിനെ സംബന്ധിച്ച് ഗീത. ഗീതയിലെ കർമ്മത്തിനു തന്നെയാണ് നെഹ്റുവും ഊന്നൽ നൽകിയിട്ടുള്ളത്. ബാധ്യതകളും കർമ്മങ്ങളും ഏറ്റെടുക്കുവാനുള്ള മാർഗ്ഗത്തിലേക്കുള്ള ആഹ്വാനമാണ് ഗീതയെന്നു വിശ്വസിച്ച നെഹ്റു ഗീതയെ ദേശീയ പ്രസ്ഥാനത്തിന്റെ ഭാഗമായി വിലയിരുത്തുന്നതു കാണാം. നെഹ്റു എഴുതുന്നു 'ആധുനിക ഇന്ത്യ ഏറെ അസ്വസ്ഥപൂർണവും ധ്യാനനിഷ്ഠവാദത്താൽ

9 ഗീത: പലകാലം പല കാഴ്ചകൾ, പേജ് 120

10 ഭഗവദ്ഗീത മഹാഭാരതത്തിന്റെ ഒരു ഭാഗമാണ്. അതിവിപുലമായ നാടകത്തിലെ ഒരു രംഗം. പക്ഷേ അത് വ്യത്യസ്തമായി നിൽക്കുന്നതും സ്വയം പരിപൂർണവുമാണ്. ബുദ്ധന്റെ കാലഘട്ടത്തിനു മുമ്പ് വിരചിതമായ ഈ കൃതിയുടെ സ്വാധീനത്തിന് ഇന്നും മങ്ങലേറ്റിട്ടില്ല.

ഭരിതവുമാകയാൽ കർമ്മത്തിലേക്കുള്ള ആഹ്വാനത്തിന് പ്രത്യേക പ്രസക്തിയുണ്ട്. കർമ്മത്തെ ആധുനികമായ അർത്ഥത്തിൽ, സാമൂഹികാഭിവൃദ്ധിക്കും പ്രായോഗികവും നിസ്വാർത്ഥവും ദേശസ്നേഹപരവും മാനുഷികവുമായ സാമൂഹ്യ സേവനത്തിനുള്ള പ്രവർത്തനമെന്ന് വ്യാഖ്യാനിക്കുവാൻ സാധ്യമാണ്. ഗീത ഉദ്ബോധിപ്പിക്കുന്നതുപോലെ അത്തരം കർമ്മം അഭിലഷണീയമാണ്. "ധാർമ്മിക ബോധത്തിലൂടെയുള്ള സ്വാതന്ത്ര്യസമരമാണ് അഥവാ കർമ്മമാണ് നെഹ്റു ഗീതയിൽ കണ്ടത്. അതുകൊണ്ടുതന്നെ അല്പം വൈകിയാലും നിസ്വാർത്ഥമായ കർമ്മത്തിന് ഉന്നതമായ ഫലം ലഭ്യമാകുമെന്ന് അദ്ദേഹം വിശ്വസിച്ചു. നെഹ്റുവിന്റെ ഈ ഗീതാബോധം നിരവധിപേരെ സ്വാധീനിക്കുകയും നിസ്വാർത്ഥമായ രാഷ്ട്ര സേവനത്തിലേക്ക് അവരെ നയിക്കുകയും ചെയ്തു. ഡോ.എസ്. രാധാകൃഷ്ണൻ, രാംമനോഹർ ലോഹ്യ തുടങ്ങി അനവധി ചിന്തകരേയും ചരിത്രകാരന്മാരേയും ഗീത സ്വാധീനിച്ചിട്ടുണ്ട്. എന്നാൽ പ്രത്യക്ഷത്തിൽ ദേശീയതയുടെ ഭാഗമായും സമരായുധമായും ഗീതയെ കാണുകയും പ്രയോഗിക്കുകയും ചെയ്തത് കുറച്ചു പേർ മാത്രമാണ്. എങ്കിലും ബ്രിട്ടീഷ് ഭരണകൂടത്തിന് അസ്വസ്ഥതയുണ്ടാക്കാനും, ദേശീയതയെ കെട്ടിപ്പടുക്കാനും ദേശീയ പ്രസ്ഥാനങ്ങൾക്കു കരുത്തു പകരാനും ഗീതയിലെ കർമ്മഭാഗത്തിന് കഴിഞ്ഞിട്ടുണ്ട്.

ഭഗവദ് ഗീത : വിമർശനാത്മക സമീപനം

ദേശീയ പ്രസ്ഥാനഘട്ടത്തിൽ ഗീതയെ മുൻനിർത്തി സമരങ്ങൾ മുന്നേറുമ്പോൾ തന്നെ ഗീത ഉപയോഗിച്ചു കൊണ്ടുള്ള മതസമീപനങ്ങളെ വിമർശനവിധേയമാക്കുന്ന പ്രവർത്തനങ്ങളും രൂപപ്പെട്ടിട്ടുണ്ട്. ഖുറാനെപ്പോലെയും ബൈബിളിനെപ്പോലെയും ഒരു സുവിശേഷ ഗ്രന്ഥമാണ് ഗീത എന്ന ചിന്തയ്ക്കെതിരെ രംഗത്തുവന്നത് അംബേദ്കറാണ്. ഇന്ത്യാചരിത്രവുമായി ബന്ധപ്പെടുത്തിയാണ് തന്റെ ഗീതാവിമർശനം അംബേദ്കർ മുന്നോട്ടു വെക്കുന്നത്. ബൗദ്ധഘട്ടത്തെ BC. 185 ൽ അട്ടിമറിച്ച സാമവേദി ബ്രാഹ്മണനായ പുഷ്യമിത്രന്റെ കീഴിൽ രാഷ്ട്രീയ വിജയം നേടിയെടുത്തു വളർന്നു വന്ന ബ്രാഹ്മണമതത്തിന്റെ ന്യായീകരണം മാത്രമായിരുന്നു അംബേദ്കറെ സംബന്ധിച്ച് ഭഗവദ്ഗീത. ഭഗവദ്ഗീത ഖുറാനെപ്പോലെയോ, ബൈബിളിനെപ്പോലെയോ ധർമ്മപദത്തെപോലെയോയുള്ള സുവിശേഷ കൃതിയാണ് എന്ന ധാരണ തെറ്റാണെന്ന് വാദിക്കുന്നതോടൊപ്പം തന്നെ ഗീത മതഗ്രന്ഥവുമല്ലെന്ന് അംബേദ്കർ അഭിപ്രായപ്പെടുന്നു. അദ്ദേഹം എഴുതുന്നു. "ഭഗവദ്ഗീത സുവിശേഷമല്ല, അതുകൊണ്ട്

11 ഇന്ത്യയെ കണ്ടെത്തൽ.

അതിൽ സന്ദേശമുണ്ടാകില്ല. അതിൽ സന്ദേശം കണ്ടെത്താനുള്ള അന്വേഷണം വ്യർത്ഥമാണ്.[12] വ്യർത്ഥമായ അന്വേഷണങ്ങൾക്കുള്ള ഗ്രന്ഥമായി മാത്രം ഗീതയെ കണ്ട അദ്ദേഹം ചാതുർവർണ്യത്തിന്റെ-ന്യായീകരണ ശാസ്ത്രമായും ഗീതയെ വിലയിരുത്തുന്നു.

അംബേദ്കറുടെ പ്രധാനവാദങ്ങൾ:-

a) ഗീത മതഗ്രന്ഥമല്ല :-

അംബേദ്കറെ സംബന്ധിച്ച് ഭഗവദ് ഗീത മതഗ്രന്ഥമായിരുന്നില്ല, ഒരു ദാർശനിക പ്രബന്ധവുമല്ല. ചില തത്ത്വങ്ങൾ നടപ്പിലാക്കാനായി ദാർശനികാടിസ്ഥാനത്തിൽ വാദിക്കുക എന്ന കൃത്യമാണ് അത് നിർവഹിക്കുന്നത്.

b:- ഗീത യുദ്ധത്തിന്റെ ന്യായീകരണമാണ്

ഗീതയിൽ ആദ്യം കാണുന്നത് യുദ്ധത്തിന്റെ ന്യായീകരണമാണെന്ന് അംബേദ്കർ അഭിപ്രായപ്പെടുന്നു. അർജ്ജുനൻ, താൻ യുദ്ധത്തിനെതിരാണെന്നും സ്വത്തിനുവേണ്ടി ആളുകളെ കൊല്ലുന്നതിനെതിരാണെന്നും പ്രഖ്യാപിക്കുമ്പോൾ കൃഷ്ണൻ യുദ്ധത്തെയും യുദ്ധത്തിൽ ആളുകളെ കൊല്ലുന്നതിനെയും ദാർശനികമായി ന്യായീകരിക്കുകയാണ് എന്ന് അംബേദ്കർ വിലയിരുത്തുന്നു. ഈ ന്യായീകരണത്തിനു വേണ്ടി രണ്ടു വാദങ്ങളാണത്രെ ഗീത മുന്നോട്ടു വെക്കുന്നത്. ഒന്നാമത്തേത് ലോകം നശിച്ചുപോകും, അതിനാൽ മരണം അനിവാര്യമാണ് എന്നതാണ്. രണ്ടാമത്തേത് ദേഹവും ദേഹിയും രണ്ടാണ്, അതിനാൽ ആത്മാവ് കൊല്ലപ്പെടുന്നില്ല. ഈ രണ്ടുവാദത്തിലൂടെ യുദ്ധത്തെ ദാർശനികമായി ന്യായീകരിക്കാൻ ഗീത ശ്രമിക്കുന്നു. ദേഹി ഒരിക്കലും കൊല്ലപ്പെടുന്നില്ലെന്നതുകൊണ്ട് ഒരു മനുഷ്യനെകൊല്ലുന്നു എന്നത് ഒരിക്കലും വലിയ പ്രാധാന്യമുള്ള കാര്യമല്ല. അതുകൊണ്ട് യുദ്ധവും കൊലയും വിഷാദത്തിനും ലജ്ജക്കും കാരണമാകുന്നില്ലെന്നും ഗീതവാദിക്കുന്നതായി അംബേദ്കർ സൂചിപ്പിക്കുന്നു.

c. ഗീത ചാതുർവർണ്യത്തെ ന്യായീകരിക്കുന്നു

ചാതുർവർണ്യം ദൈവത്താൽ സൃഷ്ടിക്കപ്പെട്ടതാണെന്നും പരമപവിത്രമാണെന്നും ഗീത അഭിപ്രായപ്പെടുന്നു. മാത്രമല്ല ചാതുർവർണ്യത്തെ മനുഷ്യനിൽ അന്തർലീനമായ നൈസർഗികഗുണങ്ങളുടെ സിദ്ധാന്തവുമായി ബന്ധപ്പെടുത്തി ദാർശനിക ന്യായീകരണം നൽകുകയാണ് ഗീതചെയ്യുന്നതെന്നും അംബേദ്കർ വിമർശനമുന്നയിക്കുന്നു.

---

12 അംബേദ്കർസമ്പൂർണ കൃതികൾ, പേജ് 261

d. ഗീത കർമ്മമാർഗത്തെ ന്യായീകരിക്കുന്നു

അംബേദ്കറുടെ നിലപാടുകളിൽ, ഗീത ദാർശനികമായി ന്യായീകരണം നൽകുന്ന മറ്റൊരു തത്ത്വം കർമ്മമാർഗമാണ്. രക്ഷയുടെ മാർഗമായി യജ്ഞങ്ങളടങ്ങുന്ന അനുഷ്ഠാനങ്ങളാണ് കർമമാർഗം എന്നതുകൊണ്ട് ഗീത അർത്ഥമാക്കുന്നതത്രെ. കർമത്തിൽ അധികപറ്റായി വളർന്ന മുഴകൾ ദൂരീകരിക്കാനായി സ്ഥിതപ്രജ്ഞത്വം, അനാസക്തി എന്നീ തത്ത്വങ്ങളെകൊണ്ട് വരികയും അന്ധവിശ്വാസം. സ്വാർത്ഥത എന്നിവയെ ദൂരീകരിക്കാൻ ശ്രമിക്കുന്നതായും അംബേദ്കൾ എഴുതുന്നു.

അംബേദ്കറെ സംബന്ധിച്ച് ഗീതയിലെ തത്ത്വങ്ങൾ ജൈമിനിയുടെ പൂർവ മീമാംസയിൽ പറഞ്ഞിട്ടുള്ള പ്രതിവിപ്ലവ തത്ത്വങ്ങളാണ്. അതിനാൽ കർമ്മയോഗം എന്നു പറയുമ്പോൾ ജൈമിനിയുടെ കർമകാണ്ഡത്തിലടങ്ങിയിരിക്കുന്ന തത്ത്വമാണെന്നും ജ്ഞാനയോഗം എന്നു പറയുമ്പോൾ ബാദരായണന്റെ ബ്രഹ്മസൂത്രതത്ത്വങ്ങളാണെന്നും അംബേദ്കർ സൂചിപ്പിക്കുന്നു. തിലകനടങ്ങുന്ന ദേശീയവാദികൾ ഈ വാക്കുകളുടെ അർത്ഥത്തെ ഊതിപ്പെരുപ്പിച്ച് അവയ്ക്ക് അസാമാന്യ പ്രാധാന്യമുണ്ടാക്കുകയായിരുന്നത്രെ. ഈ വാദമാണ് ജനങ്ങളെ വഴിതെറ്റിച്ചതെന്നും അംബേദ്കർ കുറ്റപ്പെടുത്തുന്നു.

ബുദ്ധമതത്തിലെ പല തത്ത്വങ്ങളും ഭഗവദ്ഗീത കടംകൊണ്ടിട്ടുണ്ട് എന്നതാണ് അംബേദ്കറുടെ മറ്റൊരു വാദം. ഭഗവദ്ഗീതയിലെ ബ്രഹ്മനിർവാണ സങ്കല്പം ബുദ്ധമതത്തിലെ മഹാനിർവാണ സൂത്രത്തിൽ പ്രഖ്യാപിച്ചിട്ടുള്ള നിർവാണസങ്കല്പവുമായി താരതമ്യം ചെയ്താൽ അവ രണ്ടും ഒന്നാണെന്നും ആയതിനാൽ ബുദ്ധമത തത്ത്വങ്ങളുടെ പുനരാവിഷ്കാരമാണ് ഗീതയിലെ പല തത്ത്വങ്ങളെന്നും അംബേദ്കർ ചൂണ്ടിക്കാട്ടുന്നു. ഗീതയിലെ പന്ത്രണ്ടാമധ്യായത്തിൽ പറയുന്ന ഭക്തലക്ഷണങ്ങളായ മൈത്രി, കരുണ, ഉപേക്ഷ, മുദിതം എന്നിവ മനസിനെ പരിശീലിപ്പിച്ച് വളർത്തിയെടുക്കാൻ ബുദ്ധൻ ഉപദേശിക്കുന്ന തേവിദ്യ സൂത്രത്തിൽ നിന്നും കടംകൊണ്ടവയാണെന്നും അദ്ദേഹം കൂട്ടിച്ചേർക്കുന്നു. കൂടാതെ ഭഗവദ്ഗീതയിലെ പതിനേഴാം അധ്യായത്തിലെ അഞ്ച്, ആറ്, പതിനെട്ട്, പത്തൊമ്പത് എന്നീ ശ്ലോകങ്ങളിൽ കൃഷ്ണൻ പറയുന്നത് ബുദ്ധൻ പറഞ്ഞതിന്റെ തനിയാവർത്തനമാണെന്ന് അംബേദ്കർ വാദിക്കുന്നു. തുടർന്ന് ഗീതയുടെ രചനാകാലത്തെ സംബന്ധിക്കുന്ന തിലകനടങ്ങുന്നവരുടെ വാദത്തെ ചെറുക്കുകയും ചെയ്യുന്നു. ഗീത ഏകകർതൃത്വത്തിൽ രൂപപ്പെട്ടതല്ലെന്നു വിശ്വസിച്ചതിനാൽ കാലങ്ങളായി പൂർത്തീകരിച്ച കൃതിയായി ഗീതയെ കാണാനായിരുന്നു അംബേദ്കർക്കു താല്പര്യം. സ്വാതന്ത്ര്യ

സമരഘട്ടത്തിൽ ഉടലെടുത്ത അംബേദ്കറുടെ ഗീതാവിമർശനം തിലകനടങ്ങുന്ന തീവ്രദേശീയ വാദികൾക്കെതിരായിരുന്നു. ഹിന്ദു മതത്തിലെ വർണാശ്രമങ്ങളെയും ജാതി വ്യവസ്ഥയെയും തകർക്കുക എന്നതായിരുന്നു അംബേദ്കറുടെ ലക്ഷ്യം. പിന്നീട് അംബേദ്കറുടെ പ്രസ്തുത ആശയങ്ങളെ പിന്തുർന്നു കൊണ്ട് ഗീതയെ മുൽനിർത്തി അനേകം വായനകൾ നടന്നു.

പത്രങ്ങളിലൂടെ വളർന്ന ഗീത

ഇന്ത്യൻ സ്വാതന്ത്ര്യ സമരചരിത്രത്തിൽ പത്രങ്ങളുടെ പങ്ക് തള്ളിക്കളയാൻ കഴിയാത്തതാണ്. ബ്രിട്ടീഷ് ഭരണത്തിനെതിരെയുള്ള സമരായുധമായും അവ പരിണമിച്ചിട്ടുണ്ട്. ലേഖനങ്ങൾ, കവിതകൾ, ചിത്രങ്ങൾ തുടങ്ങിയ മാധ്യമങ്ങളിലൂടെ ദേശസ്നേഹത്തെയുണർത്താനും ഒപ്പം സ്വാതന്ത്ര്യ പ്രഖ്യാപന പാതയായും പത്രങ്ങൾ തെളിഞ്ഞുനിന്നു. എന്നാൽ ഭഗവദ്ഗീതയെ സ്വാതന്ത്ര്യത്തിനുള്ള ആയുധമാക്കാൻ ശ്രമിച്ച പത്രങ്ങളുടെ നിര വളരെ കുറവാണെങ്കിലും ശക്തമായ സമരത്തിനും ബ്രിട്ടീഷ് ഭരണത്തിനുമെതിരെ ശബ്ദമുയർത്താൻ അവയ്ക്കു കഴിഞ്ഞിട്ടുണ്ട്. അവയിൽ പ്രധാനപ്പെട്ടവ പ്രചാര, കർമയോഗി, കേസരി, മറാത്ത, ബന്ദേമാതരം, ജുഗന്ദർ പത്രിക, യങ് ഇന്ത്യ, ഹരിജൻ തുടങ്ങിയവയാണ്.

പ്രചാര

ഉമാചരൺ ബന്ദോബാദ്ധ്യായ എഡിറ്ററായിക്കൊണ്ട് 1884 മുതൽ 1888 വരെ കൽക്കത്തയിൽ നിന്നും പുറത്തിറങ്ങിയ പ്രസിദ്ധ ബംഗാളി മാസികയായ പ്രചാര മതം, സാമൂഹ്യ നവീകരണം തുടങ്ങിവയെ വിവരിച്ചും വിശകലനം ചെയ്തുകൊണ്ടുമാണ് രംഗത്തെത്തിയത്. അന്ധവിശ്വാസങ്ങൾക്കും അനാചാരങ്ങൾക്കും അനുഷ്ഠാനങ്ങൾക്കുമെതിരെ പോരാടിയ ഈ മാസിക സ്ത്രീകൾക്ക് പ്രത്യേക പരിഗണനയും നൽകിയിരുന്നു എന്നത് ശ്രദ്ധേയമാണ്. ബങ്കിംചന്ദ്രചാറ്റർജിയുടെ 'സീതാറാം' എന്ന കൃതി അച്ചടിച്ചു വന്നത് പ്രചാരയിലാണ്. കേവലമായി ലേഖനങ്ങളിലോ, ചർച്ചകളിലോ മാത്രം ഒതുങ്ങുന്നതായിരുന്നില്ല പ്രചാരയുടെ ഉള്ളടക്കം മറിച്ച് നോവൽ, കഥ, വിവർത്തനങ്ങൾ തുടങ്ങി സർഗാത്മകമായ എല്ലാ പ്രവർത്തനങ്ങളേയും ഈ മാസിക പ്രോത്സാഹിപ്പിച്ചിരുന്നു.

സ്വാതന്ത്ര്യ സമരഘട്ടത്തിൽ ഉയർന്നു വന്ന പ്രചാര ഭഗവദ്ഗീതയ്ക്കും പ്രത്യേക പരിഗണന നൽകിയിരുന്നു. ബങ്കിം ചന്ദ്രചാറ്റർജിയുടെ ഭാഗവദ്ഗീതാവിവർത്തനം അച്ചടിച്ചുവന്നത് പ്രചാരയിലായിരുന്നു. സ്വധർമത്തിനും വർണധർമത്തിനും ഏറെ പ്രാധാന്യം നൽകിക്കൊണ്ടും പൗരാണികതയെ പ്രകീർത്തിച്ചുകൊണ്ടുമുള്ള

ഈ ഗീതാവിവർത്തനം ഏറെ ശ്രദ്ധിക്കപ്പെടുകയും അനുശീലൻ സമതിയടങ്ങുന്ന വിപ്ലവസംഘങ്ങൾക്ക് പ്രചോദനമാകുകയും ചെയ്തു.

കർമയോഗി

കവിയും വിപ്ലവകാരിയും ദാർശനികനുമായ അരബിന്ദഘോഷ് 1909 ജൂൺ 19ന് ആരംഭിച്ച വാരികയാണ് കർമ്മയോഗി. ആലിപ്പൂർ ബോംബ് കേസിലെ തടവുജീവിതത്തിന്റെ ആറ് ആഴ്ചകൾക്കു ശേഷമാണ് ഈ വാരിക ആരംഭിച്ചത്. 1910 ഫെബ്രുവരിയിൽ ആദ്യപതിപ്പ് പുറത്തിറങ്ങി. മതം, ചരിത്രം, ദർശനം, സാഹിത്യം, കല, രാഷ്ട്രീയം തുടങ്ങി ദേശീയതയുമായി ബന്ധപ്പെട്ട പല കാര്യങ്ങളേയും കുറിച്ചുള്ള നിരവധി വിവരണങ്ങൾ കർമ്മയോഗിയിൽ അച്ചടിക്കപ്പെട്ടു. എഴുത്തും അരബിന്ദോവിന്റെ രാഷ്ട്രീയ പ്രസംഗങ്ങളും കർമ്മയോഗിയിലൂടെ പുറത്തുവരികയും പിന്നീട് പുസ്തക രൂപത്തിൽ അച്ചടിക്കപ്പെടുകയും ചെയ്തു. 1918 നും 23നു മിടയിൽ കർമ്മയോഗിയിൽ വന്ന ലേഖനങ്ങളാകട്ടെ ബുക്ക് ലറ്റ് രൂപത്തിൽ ആദ്യഘട്ടത്തിൽ തന്നെ പുറത്തിറക്കിയിരുന്നു. കർമ്മയോഗിയുടെ ശീർഷകത്തിൽ കുരക്ഷേത്രയുദ്ധചിഹ്നമാണ് അരബിന്ദോചേർത്തത്. കൃഷ്ണൻ അർജ്ജുനന് കർമ്മയോഗത്തിന്റെ ഉപദേശം നൽകുന്ന ചിത്രമാണ് ചിഹ്നമായി രൂപപ്പെട്ടത്. ഗീത തീവ്രവാദത്തിന്റെ സുവിശേഷമായി ദുരുപയോഗം ചെയ്യുന്നു എന്ന ബ്രിട്ടീഷ് വാദത്തെ കർമ്മയോഗിയിലൂടെ അരബിന്ദോ ചെറുത്തു. ഒരു ക്ഷത്രിയൻ കർമ്മമെന്ന നിലയ്ക്ക് ശത്രുക്കളെ കൊല്ലുകയും നിസ്വാർത്ഥമായി കർമ്മം നടത്തുകയും ചെയ്യുമ്പോൾ അത് തീവ്രവാദമാകുന്നു എന്നാണെങ്കിൽ ജഡ്ജിയുടേയും പട്ടാളക്കാരന്റെയും പ്രവൃത്തികളെല്ലാം തീവ്രവാദമാകുമെന്ന് അരബിന്ദോ വാദിച്ചു. ഇപ്രകാരം ഗീത ഉപയോഗിച്ചുകൊണ്ടുള്ള രാഷ്ട്രീയ പ്രവർത്തനത്തിനും, സ്വാതന്ത്ര്യസമരത്തിനും ഊർജം നൽകാൻ 'കർമയോഗി' എന്ന വാരികയ്ക്കു കഴിഞ്ഞു. ഒരു ഘട്ടം വരെ ബ്രിട്ടീഷുകാരുടെ പരിപൂർണ നിരീക്ഷണത്തിലായിരുന്നു ഈ വാരിക.

കേസരിയും മറാത്തയും

ബാലഗംഗാധര തിലകന്റെ നേതൃത്വത്തിൽ ഉയർന്നു വന്ന രണ്ടു പത്രങ്ങളായിരുന്നു 'കേസരി', 'മറാത്ത' എന്നിവ. കേസരി മറാത്തി ഭാഷയിലും മറാത്ത ഇംഗ്ലീഷ് ഭാഷയിലുമാണ് പ്രസിദ്ധീകരിക്കപ്പെട്ടത്. കൂടുതലായും രാഷ്ട്രീയ ലേഖനങ്ങളാണ് പത്രങ്ങളിൽ അച്ചടിച്ചു വന്നത്. ഭഗവദ്ഗീതയെ മുൻനിർത്തിക്കൊണ്ടുള്ള തിലകന്റെ പ്രസംഗങ്ങൾ കേസരിയിലായിരുന്നു കൂടുതലായും പ്രസിദ്ധീകരിക്കപ്പെട്ടത്. തിലകന്റെ ആദ്യത്തെ ജയിൽ വാസം കേസരിയിൽ അച്ചടിച്ചു വന്ന

ഒരു പ്രസംഗത്തെ മുൻ നിർത്തിയായിരുന്നു എന്നതും ശ്രദ്ധേയമാണ്. മുഗൾ ഭരണാധികാരിയായ അഫ്സൽഖാനെ മറാത്ത ഭരണാധികാരി ശിവജി കൊലപ്പെടുത്തിയതിനെ കർമ്മയോഗിയുമായി ബന്ധിപ്പിച്ചതിനായിരുന്നു ആദ്യത്തെ അറസ്റ്റ്. തുടർന്ന് ഭഗവദ്ഗീതയെ മുൻ നിർത്തിയുള്ള നിവധി ബ്രിട്ടീഷ് വിരുദ്ധ ലേഖനങ്ങളും പ്രസംഗങ്ങളും കേസരിയിലും മറാത്തയിലും അച്ചടിക്കപ്പെട്ടു. അതുകൊണ്ടു തന്നെ നിരവധി ദേശീയവാദികളേയും ഭഗവദ്ഗീതയിലെ കർമ്മയോഗ വാദത്തെ മുറുകെപ്പിടിക്കുന്നവരേയും സൃഷ്ടിച്ചെടുക്കാൻ ദേശീയ പ്രസ്ഥാനഘട്ടത്തിൽ ഈ പത്രങ്ങൾക്കു കഴിഞ്ഞിട്ടുണ്ട്.

വന്ദേമാതരം

ഇന്ത്യൻ സ്വാതന്ത്ര്യ സമര ചരിത്രത്തിലെ വിപ്ലവശബ്ദമായ ബിപിൻ ചന്ദ്രപാൽ 1905ൽ ആരംഭിച്ച ഇംഗ്ലീഷ് പത്രമായിരുന്നു വന്ദേമാതരം. 1906 ആഗസ്റ്റ് 6ന് പുറത്തിറങ്ങിയ ഈ പത്രം എല്ലാ ഞായറാഴ്ചകളിലുമായാണ് പുറത്തിറങ്ങിയത്. വിപ്ലവാത്മക ദേശീയതക്കൊപ്പം തന്നെ ബ്രിട്ടീഷ് വിരുദ്ധ സമരങ്ങൾക്കും പ്രസ്തുത പത്രങ്ങളിലൂടെ ആഹ്വാനം നടത്തി. അരബിന്ദോ എഡിറ്ററായതോടുകൂടി കൽക്കത്തയിലെ അറിയപ്പെടുന്ന പത്രങ്ങളിലൊന്നാകാൻ വന്ദേമാതരത്തിനു കഴിഞ്ഞു. വന്ദേമാതരത്തിൽ അരബിന്ദോ ഗീതയെ മുൻനിർത്തി എഴുതിയ ലേഖനങ്ങൾ ബ്രിട്ടീഷുകാരെ പ്രകോപിതരാക്കിയിട്ടുണ്ട്. ദേശീയ പ്രസ്ഥാനമെന്നത് 'ക്ഷത്രിയന്റെ അന്തസത്ത'യാണെന്ന് അദ്ദേഹം വന്ദേമാതരത്തിൽ അഭിപ്രായപ്പെട്ടു. ഭഗവദ്ഗീതയെ മുൻ നിർത്തി എഴുതിയ ലേഖനം വന്ദേമാതരത്തിൽ അച്ചടിച്ചുവന്നതിന്റെ പേരിലാണ് 1908 മെയ് 5ന് അരബിന്ദോ അറസ്റ്റു ചെയ്യപ്പെട്ടത്. വിമോചനാഹ്വാനങ്ങളുള്ള നിരവധി ലേഖനങ്ങൾ 'വന്ദേമാതര'ത്തിലൂടെ കടന്നു പോയിട്ടുണ്ട്.

ജുഗന്ദർ പത്രിക

1906-ൽ കൽക്കട്ടയിൽ വെച്ച് ബരീന്ദ്ര കുമാർഘോഷ്, അവിനാഷ് ഭട്ടാചാര്യ, ഭ്രുപേന്ദ്രനാഥ ദത്ത് തുടങ്ങിയവരുടെ നേതൃത്വത്തിൽ പുറത്തിറങ്ങിയ രാഷ്ട്രീയ വാരികയായിരുന്നു ജുഗന്ദർ പത്രിക, വിവേകാനന്ദന്റെ സഹോദരനായ ഭ്രുപേന്ദ്രനാഥ ദത്താണ് വാരിക എഡിറ്റ് ചെയ്തത്. ബംഗാളി നോവലിസ്റ്റായിരുന്ന ശിവനാഥ് ശാസ്ത്രിയുടെ 'പുതിയ കാലം' (new era) എന്നർത്ഥമുള്ള ജുഗന്തർ എന്ന നോവലിന്റെ അതേ പേരാണ് 'ജുഗാന്തർ പത്രിക'ക്കും നൽകിയത്. ഒരു ഘട്ടത്തിൽ ഇരുപതിനായിരത്തിലധികം വായനക്കാർ ജുഗന്തർ പത്രത്തിനുണ്ടായായി പറയപ്പെടുന്നു. ബ്രിട്ടീഷുകാർക്കെതിരെയുള്ള സമരായുധമായാണ് പ്രസ്തുത പത്രിക

നിലവിൽ വന്നത്.

ഭഗവദ്ഗീതയുടെ ആശങ്ങൾ ജുഗന്ദർ പത്രികയിലൂടെ നിരന്തരം പുറത്തുവരികയും ദേശീയതയ്ക്ക് അതുകരുത്തു പകരുകയും ചെയ്തിട്ടുണ്ട്. പത്രത്തിന്റെ ലക്ഷ്യവചനം തന്നെ ഗീതാശ്ലോകത്തെ മുൻനിർത്തിയുള്ളതായിരുന്നു. 'പരിത്രാണായ സാധൂനാം' എന്ന പ്രസിദ്ധ ഗീതാവചനമാണ് പത്രിക ഉപയോഗിച്ചത്. (ഗീതയിലെ നാലാമധ്യായമായ 'ജ്ഞാനകർമ്മ സന്യാസ യോഗ'ത്തിലെ എട്ടാമത്തെ ശ്ലോകമാണ് പ്രസ്തുത വാക്യം.) 'സന്മാർഗത്തിൽ ചരിക്കുന്നവരെ സംരക്ഷിക്കാനും അധർമത്തിൽ ചരിക്കുന്ന ദുർജനങ്ങളെ നശിപ്പിക്കാനും ധർമ്മത്തെ നിലനിർത്താനുമുള്ള ആശയത്തെയാണ് പത്രത്തിന്റെ ലക്ഷ്യവചനം അവതരിപ്പിക്കുന്നത്. ബ്രിട്ടീഷുകാർക്കെതിരെയുള്ള ധർമ്മയുദ്ധമായാണ് ജുഗന്തറിനെ അതിന്റെ പ്രവർത്തകർ നോക്കിക്കണ്ടത്. ഇത്തരം വിമോചന പ്രവർത്തനം 'ജുഗന്തർ പത്രിക' മുന്നോട്ടു വെച്ചതിന്റെ ഭാഗമായാണ് 1907-ൽ ഭൂപേന്ദ്രനാഥ് അറസ്റ്റു ചെയ്യപ്പെട്ടതും.

യങ്ഇന്ത്യയും ഹരിജനും

ഇന്ത്യൻ സ്വാതന്ത്ര്യ സമരത്തിലെ അഹിംസയുടെ മുഖമുദ്രയായ മഹാത്മാഗാന്ധി ആരംഭിച്ച പത്രങ്ങളായിരുന്നു യങ് ഇന്ത്യയും ഹരിജനും. യങ്ഇന്ത്യ 1919നും 1932നുമിടയിൽ പ്രവർത്തിച്ച ഇംഗ്ലീഷ് ആഴ്ചപ്പത്രമായിരുന്നു. ഗാന്ധിജിയെ സ്വാധീനിച്ച പല കാര്യങ്ങളെക്കുറിച്ചും അദ്ദേഹം 'യങ് ഇന്ത്യ'യിലെഴുതി. അഹിംസാസന്ദേശമായിരുന്നു പത്രത്തിന്റെ മുദ്ര. ഭഗവദ്ഗീത ഗാന്ധിയുടെ ജീവിതാംശമായതുകൊണ്ട് ഗീതയെക്കുറിച്ചുള്ള ഗാന്ധിയുടെ നിലപാടുകളെല്ലാം അവതരിപ്പിക്കപ്പെട്ടത് യങ് ഇന്ത്യയിലൂടെയും ഹരിജനിലൂടെയുമായിരുന്നു. 'യങ് ഇന്ത്യ'യുടെ മിക്ക ലക്കങ്ങളിലും ഗീതയെ മുൻനിർത്തിയുള്ള ലേഖനങ്ങളോ പ്രഭാഷണങ്ങളോ പ്രസിദ്ധീകരിച്ചിരുന്നു.

1933 ലാണ് ഗാന്ധിജി ഹരിജൻ എന്ന പത്രം പ്രസിദ്ധീകരിക്കുന്നത്. നൂൽനൂൽപ്പ്, കുടിൽ വ്യവസായം, സ്വദേശിയത തുടങ്ങിയ പ്രവർത്തനങ്ങളെയെല്ലാം ഗീതയെ മുൻനിർത്തികണ്ട ഗാന്ധി അവയെ അധികരിച്ച് നിരന്തരം 'ഹരിജ' നിൽ എഴുതി. 'നവജീവനി'ലാവട്ടെ 1925 ഒക്ടോബര് 11ന് ഗീതയെക്കുറിച്ച് ആറു പേജുള്ള ലേഖനം എഴുതുകയും ചെയ്തു. 'meaning of the Gita' എന്ന ഈ ലേഖനം ഗീതയെക്കുറിച്ചുള്ള പ്രധാന സന്ദേശമായിരുന്നു. ഇത് സ്വാതന്ത്ര്യ സമരഘട്ടത്തിലെ ജനതയിൽ ദേശസ്നേഹവും സഹനവും രൂപപ്പെടുത്തുന്നതിൽ ഏറെ പങ്കുവഹിച്ചു. ഭഗവദ്ഗീതയെ മുൻനിർത്തി ദേശീയ സ്വാതന്ത്ര്യത്തിനുവേണ്ടിയുള്ള പോരാട്ടം

പത്രങ്ങളിലൂടെ ആവിഷ്കരിച്ചത് കൂടുതലും വിപ്ലവകാരികളായിരുന്നു. തിലകൻ, അരബിന്ദോ, ബിപിൻ ചന്ദ്ര, തുടങ്ങിയവരൊടൊപ്പം തന്നെ ഗാന്ധിയടങ്ങുന്ന അഹിംസാവാദികളും പത്രങ്ങളിലൂടെ ഗീതാസന്ദേശം പ്രചരിപ്പിച്ചു. പ്രധാനമായും രണ്ടു മനോഭാവങ്ങളിലൂടെയാണ് ഗീതയുടെ പ്രചരണം പത്രങ്ങളിലൂടെ നടന്നത്. ഒന്ന്, ഗീതയിൽ വിവരിക്കുന്ന ക്ഷത്രിയധർമ്മം എന്നത് ശത്രുവിനെ ഹനിക്കുക എന്നതാകുന്നു; അതിനാൽ വിദേശ ശക്തികൾക്കെതിരെ സായുധ സമരമാണാവശ്യം, രണ്ട്, ഗീത അഹിംസയുടെയും സഹനത്തിന്റെയും സന്ദേശമാണ് നൽകുന്നത്. അതിനാൽ സഹന സമരത്തിലൂടെയേ വിജയം കൈവരിക്കാനാവൂ. ഇപ്രകാരം ഒരു പരിധിവരെ വിദേശശക്തികളെ ചെറുക്കാൻ പത്രങ്ങളിലൂടെ ഗീതയ്ക്കു കഴിഞ്ഞു.

ഭഗവദ്ഗീത : സമരസംഘടനകളിൽ

ഭഗവദ്ഗീതയുടെ ആശയങ്ങളെ സ്വാംശീകരിച്ചോ അല്ലെങ്കിൽ അതിൽ ആകൃഷ്ടരായോ രൂപപ്പെട്ട യുവാക്കളുടെ നിരവധി സംഘങ്ങൾ ഇന്ത്യയുടെ പല ഭാഗങ്ങളിലായി ദേശീയ പ്രസ്ഥാന ഘട്ടത്തിൽ രൂപപ്പെട്ടു വന്നിട്ടുണ്ട്. രാഷ്ട്രീയ സംഘടനകൾ മുതൽ വിപ്ലവയുവസംഘങ്ങൾ വരെ ഭഗവദ്ഗീതയുടെ ആശയങ്ങളെ തങ്ങളുടെ പ്രത്യയശാസ്ത്രമായി അംഗീകരിച്ചിട്ടുണ്ട്. അതിൽ ഏറ്റവും പ്രധാനപ്പെട്ടവ അനുശീലൻ സമിതിയും ജുഗന്തർ സമിതിയുമായിരുന്നു. ഹിന്ദുമതത്തിന്റെ ആത്മീയഗ്രന്ഥങ്ങൾക്കും ബങ്കിം ചന്ദ്രചാറ്റർജിയുടെ പാഠങ്ങൾക്കും വിവേകാനന്ദ കൃതികൾക്കും പ്രമുഖ്യം നൽകുകയും അതുവഴി സനാതന ധർമ്മത്തെ കാത്തുസൂക്ഷിക്കുകയുമായിരുന്നു അനുശീലൻ സമിതിയുടെ ലക്ഷ്യം. പ്രധാനമായും മൂന്നുകാര്യങ്ങൾക്കാണ് സമിതി പ്രാധാന്യം കല്പിച്ചത്. യുവാക്കളുടെ ശാരീരികവികാസം, മാനസിക വികാസം, ധാർമ്മിക വികാസം എന്നിവയാണവ. അതിനു വേണ്ടി നിരവധി ഫിറ്റ്നസ് ക്ലബ്ബുകളും ക്ലാസുകളും സമിതി നടത്തിയിരുന്നു. മാനസിക-ധാർമ്മിക വികാസങ്ങൾക്ക് ആത്മീയ ഗ്രന്ഥങ്ങളാണ് ഉപയോഗിച്ചത്; ഭഗവദ്ഗീത അതിനു മാർഗദർശിയായി തീർന്നു (സമിതിയെ സംബന്ധിച്ച് ഗീത ആത്മീയ ഗ്രന്ഥമായിരുന്നു) സ്ഥിത പ്രജ്ഞൻ, കർമ്മയോഗി തുടങ്ങിയ ആശയങ്ങൾ പ്രസ്തുത സമിതിയെ ഏറെ ആകർഷിച്ചിരുന്നു. ഏതു സാഹചര്യത്തിലും പൊരുത്തപ്പെടുന്നതും, ഇളകാത്തതും ധീരവുമായ ഹൃദയത്തിന് ഉടമയായ സ്ഥിത പ്രജ്ഞനെപ്പോലെ സ്വാതന്ത്ര്യത്തിനുവേണ്ടി ധീരമായി പോരാടാനും ഇന്ത്യയെ മോചിപ്പിക്കാൻ സായുധ വിപ്ലവം നടത്താനുമുള്ള ഊർജ്ജം ഗീതവഴി സമിതിക്കു ലഭിച്ചു. കൂടാതെ ബോംബു നിർമ്മാണം. ആയുധ പരിശീലനം, ദേശവിരുദ്ധരെ കൊലചെയ്യൽ തുടങ്ങിയ പ്രവർത്തനങ്ങളിലും ചില സംഘങ്ങൾ ഏർപ്പെട്ടു. സ്വാമി വിവേകാനന്ദന്റെ കൃതികളും കർമ്മ വിവരണങ്ങളും സമിതികൾക്കു കരുത്തു പകർന്നിരുന്നു.

ഭഗവദ്ഗീതയുമായി അനുശീലൻ സമിതിക്ക് മതപരവും ആത്മീയവും പ്രായോഗികവുമായി ആഴത്തിലുള്ള ബന്ധമുണ്ടായിരുന്നു.

സമിതിയിൽ അംഗങ്ങളാകുന്നവർ ആദ്യം ഭഗവദ്ഗീതയിൽ തൊട്ട് സത്യം ചെയ്യണമായിരുന്നു. 'തങ്ങളുടെ ഹൃദയവും രക്തവും സദാ കർമ്മ മാർഗ്ഗത്തിലും ദേശസേവനത്തിലുമധിഷ്ഠിതമാകണമെന്ന്, അനുശീലൻ സമിതി അംഗങ്ങൾ പ്രതിജ്ഞചെയ്തിരുന്നു. അതിനാൽ ഭഗവദ്ഗീതയുടെ പാഠങ്ങൾ പഠിക്കുന്നതിനും പഠിപ്പിക്കുന്നതിനും അനുശീലൻ സമിതി പ്രത്യേകം ശ്രദ്ധ നൽകിപ്പോന്നു. തുടർന്ന് ഭഗവദ്ഗീത ബ്രിട്ടീഷ് ഭരണാധികാരികൾക്കിടയിൽ ചർച്ചാ വിഷയമാകുകയും തീവ്രവാദത്തിന്റെ സുവിശേഷമായി അവർ ഗീതയെ പ്രഖ്യാപിക്കുകയും ചെയ്തു. (1918 ലെ സെഡിഷൻ കമ്മറ്റി റിപ്പോർട്ട് പ്രകാരം വിപ്ലവാത്മക പ്രവർത്തനങ്ങൾക്കുള്ള മാനസിക പരിശീലനം നൽകുന്ന ഗ്രന്ഥമായി ഗീതയെ സൂചിപ്പിച്ചിട്ടുണ്ട്.[1]

മറ്റൊരു പ്രധാന സമിതിയായിരുന്നു ജുഗന്തർ(യുഗന്തർ). പുതിയ ലോകം എന്നർത്ഥം വരുന്ന ഈ സംഘടന അനുശീലൻ സമിതിയുടെ മറ്റൊരു പകർപ്പായിരുന്നു. അരബിന്ദോ, ബരീന്ദ്ര ഘോഷ്, സുബോധ് മാലിക്, ഖുദിറാം ബോസ് തുടങ്ങിയവരാണ് പ്രധാനമായും ഈ സമിതിക്ക് നേതൃത്വം നൽകിയത്. ഗീത പഠിച്ചും പഠിപ്പിച്ചും പ്രയോഗിച്ചുമാണ് സമിതി തങ്ങളുടെ പ്രവർത്തനം മുന്നോട്ടു വെച്ചത്. ജർമ്മനിയിൽ നിന്നുവരെ ആയുധങ്ങൾ എത്തിച്ചുകൊണ്ട് സായുധ വിപ്ലവത്തിന് തയ്യാറെടുക്കുകയായിരുന്നു ഈ സമിതി. എന്നാൽ ബ്രിട്ടീഷ് ഭരണകൂടത്തിന്റെ നിരന്തരമായ നടപടികളിലൂടെ പ്രസ്തുത സമിതിയിലെ പലരും പിടിക്കപ്പെട്ട് ജയിലിലാവുകയും വധശിക്ഷയ്ക്ക് വിധിക്കപ്പെടുകയും ചെയ്തു (ഖുദിറാം ബോസിനെ രാജ്യദ്രോഹക്കുറ്റം ചുമത്തി തൂക്കിലേറ്റുകയായിരുന്നു). അരബിന്ദോവിന്റെ ഇളയ സഹോദരനായ ബരീന്ദ്രയുടെ നേതൃത്വത്തിൽ രഹസ്യ സംഘടന പ്രവർത്തിച്ചിരുന്നു. ഈ സംഘടനയിൽ അംഗങ്ങളായവരുടെയെല്ലാം കൈവശം വിവേകാനന്ദ കൃതികളുടേയും ഭഗവദ്ഗീതയുടേയും പതിപ്പുകളുണ്ടായിരുന്നു. മാത്രമല്ല, ഗ്രാമങ്ങളിലും ഉൾനാടുകളിലും ജനങ്ങളെ ഏകോപിപ്പിക്കുന്നതിനും ദേശബോധമുണർത്തുന്നതിനും ഈ സംഘം ഉദ്ധരിച്ചത് ഭഗവദ്ഗീതയിലേയും മഹാഭാരതത്തിലേയും ആശയങ്ങളായിരുന്നു. ഭഗവദ്ഗീതയിൽ നിന്നും ആശയങ്ങൾ ഉൾക്കൊണ്ട് പിന്നീട് അനവധി ചെറുസംഘങ്ങൾ വളർന്നുവന്നിട്ടുണ്ട്. (ഉപേന്ദ്രനാഥ ബാനർജി മണിക്കോട്ടാലാ ഗാർഡനിൽ നൽകിയിരുന്ന വിദ്യാഭ്യാസ സമ്പ്രദായത്തിൽ ഗീതോപദേശങ്ങളും പഠിപ്പിച്ചിരുന്നു). തീവ്രവാദ പ്രവർത്തനങ്ങൾക്കൊപ്പം തന്നെ മിതവാദത്തിനും ഗീത പ്രേരകശക്തിയായിരുന്നു. സത്യാഗ്രഹപ്രസ്ഥാനം, സ്വദേശി ബഹിഷ്ക്കരണ പ്രസ്ഥാനം എന്നിവയിലും

1 Sedition committee report 1918, New age publication, Calcutta, 1973, p. 23

ഗീതയുടെ സ്വാധീനം കാണാം.[2] ഇപ്രകാരം ഗീതയുടെ ആശങ്ങളിൽ ആകൃഷ്ടരായും ഗീതയെ വിമോചനത്തിനുള്ള ഉപാധിയായി കണ്ടും സംഘങ്ങൾ സ്വാതന്ത്ര്യ സമരചരിത്രത്തിൽ പ്രവർത്തിച്ചു. മറ്റേതൊരു കൃതിയേക്കാളും ഉപരിയായി കർമ്മത്തെ വിവരിക്കുകയും വ്യക്തികളെ കർമോത്സുകരാക്കുകയും ചെയ്യുന്ന 'ഊർജ്ജ പുസ്തകം' എന്ന നിലയ്ക്കാണ് ഭഗവദ്ഗീതയെ വിപ്ലവകാരികൾ വിലയിരുത്തിയത്. അതിന്റെ ഫലമായിരുന്നു സംഘടനകളുടെ രൂപീകരണവും.

2 The Social role of Gita p, 161

എന്തു കൊണ്ട് ഭഗവദ്ഗീത?

ദേശബോധവും വിപ്ലവാശയങ്ങളും പ്രതിപാദിക്കുന്ന അനേകം കൃതികൾ ഉണ്ടെന്നിരിക്കെ എന്തുകൊണ്ടാണ് ഭഗവദ്ഗീത ദേശീയപ്രസ്ഥാനത്തെ ഇത്രയേറെ സ്വാധീനിച്ചത് എന്നത് പ്രധാന ചോദ്യം തന്നെയാണ്. മറ്റേതൊരു കൃതിയേക്കാളും ജനകീയത ഗീതയ്ക്കുണ്ട് എന്നതും ഏത് വിഭാഗത്തിനും (ജാതി, വർഗവ്യത്യാസമില്ലാതെ) അത് വായിക്കാനവകാശമുണ്ടായിരുന്ന എന്നതുമാണ് പ്രധാനകാരണം എന്ന് വാദിക്കാവുന്നതാണ്. എന്നാൽ അതിനുമപ്പുറം അനേകം വഴികൾ ഭഗവദ്ഗീതയ്ക്കുണ്ട്. അത്തരം വഴികളിലൂടെയുള്ള സഞ്ചാരമാണ് ദേശസ്നേഹികളെ ഗീതയിലേക്കാകർഷിപ്പിച്ചത്. അവയിൽ പ്രധാനപ്പെട്ടവ;

a കർമോത്സുകത

ജ്ഞാനത്തിന്റെ ആശയഘടനയിൽ നിന്നും ഭക്തിയിലേക്ക് പരാവർത്തനം ചെയ്യപ്പെട്ട ഗീത ദേശീയ പ്രസ്ഥാന ഘട്ടമെത്തുമ്പോഴേക്കും കർമ്മ പ്രധാനമാകുന്നത് കാണാം. ഇന്ത്യൻ ജനതയുടെ മനസിൽ നിന്നും പിഴുതെറിയാനാവാത്ത വിധം ഉറച്ചതും സംസ്കാരത്തിന്റെ ഭാഗമായി തീർന്നതുമായ വിശ്വാസ പ്രമാണമാണ് കർമ്മ സിദ്ധാന്തം. ശ്രുതികളിലും സ്മൃതികളിലുമെല്ലാം കർമ്മത്തെ വിലയിരുത്തുന്നുമുണ്ട്. കർമ്മത്തെ/സിദ്ധാന്തത്തെ യുക്തിയുക്തമായി വിവരിക്കുന്ന കൃതിയാവട്ടെ ഭഗവദ്ഗീതയുമാകുന്നു. യുദ്ധഭൂമിയിൽ തളർന്നുകിടന്ന അർജ്ജുനനെ ഉണർത്തിയ കർമരഹസ്യം വൈദേശിക പ്രഹരത്തിൽ തളർന്നു കിടക്കുന്ന ജനതയെ ഉണർത്തുമെന്ന് ദേശീയവാദികൾ വിശ്വസിച്ചു. അതിനാൽ കർമ്മത്തിന്റെ യുദ്ധഗാഥയായാണ് പലരും ഗീതയെ ദർശിച്ചത്. അതിൽ തന്നെ നിഷ്കാമ കർമ്മം എന്ന ആശയമാണ് കൂടുതൽ ആകർഷിക്കപ്പെട്ടത്. ഗീത വിവരിക്കുന്നു. “ചെയ്യേണ്ട കർമങ്ങൾ അവശ്യം ചെയ്യുക തന്നെ വേണം. എന്തെന്നാൽ ഒന്നും ചെയ്യാതിരിക്കുന്നതിലും എത്രയോ മുകളിലാണ് കർമ്മം ചെയ്യുക എന്നത്. കർമ്മം ചെയ്യാതിരുന്നാൽ ഒരുവന്റെ ശരീര സംരക്ഷണം പോലും അസാധ്യമാകുന്നു. അതുകൊണ്ട് വിവേകമുള്ള മനസുകൊണ്ട് ജ്ഞാനേന്ദ്രിയങ്ങളെ

നിയന്ത്രിച്ച് കർമേന്ദ്രയങ്ങളെക്കൊണ്ട് ഫലാപേക്ഷയില്ലാതെ വിഹിതകർമങ്ങൾ ചെയ്യുന്നവൻ എല്ലാവരിലും വെച്ച് ശ്രേഷ്ഠനാകുന്നു. ഫലേഛകൂടാതെ കർമനിരതനാകുക, ഒരിക്കലും അകർമണ്യത്തിലേക്ക് വഴുതിപ്പോകാതിരിക്കുക" ഇത്തരം ഗീതാസന്ദേശങ്ങൾ ജനതയെ ഏറെ ആവേശം കൊള്ളിച്ചു. ദേശസ്നേഹമെന്നത് ക്ഷത്രിയന്റെ അഥവാ ഓരോ ഇന്ത്യക്കാരന്റെയും കർമമാണെന്നും ധർമ്മക്ഷേത്രമാകുന്ന ഭാരതത്തെ സംരക്ഷിക്കേണ്ടത് ഇന്ത്യക്കാരുടെ കടമയാണെന്നും ദേശീയവാദികൾ വാദിച്ചു. ഇത്തരം കർമോത്സുകമായ ദേശീയതയാണ് ഗീതയിലൂടെ സാധ്യമായത്. കെ. ദാമോദരൻ എഴുതുന്നു- ' നിഷ്കാമ കർമ്മത്തെക്കുറിച്ചുള്ള ഗീതയിലെ സിദ്ധാന്തം സ്ഥാപിത താല്പര്യക്കാരായ ഭരണാധിവർഗക്കാർക്കും സമുദായത്തിലെ പുരോഗമന വാദികളായ വിഭാഗക്കാർക്കും ഉപയോഗിക്കാൻ പറ്റിയ തരത്തിലാണ് വ്യാഖ്യാനിക്കപ്പെട്ടു പോന്നിട്ടുള്ളത്. ആദ്യത്തെ കൂട്ടർ നിലവിലുള്ള സാമൂഹ്യ വ്യവസ്ഥയെ സംരക്ഷിക്കാൻ വേണ്ടിയും രണ്ടാമത്തെ കൂട്ടർ ഒരു പുതിയ സാമൂഹ്യവ്യവസ്ഥക്കു വേണ്ടിയുള്ള തങ്ങളുടെ സമരങ്ങൾക്ക് ഊർജസ്വലത കൂട്ടാൻ വേണ്ടിയും അത് ഉപയോഗിച്ചുപോന്നിട്ടുണ്ട്''.[1] ഇപ്രകാരം സമരങ്ങൾക്ക് വീര്യം കൂട്ടാനുള്ള ഉപാധിയായി ഭഗവദ്ഗീതയിലെ കർമ്മവാദം ദേശീയ പ്രസ്ഥാനത്തിലും പരിണമിച്ചു.

b ആത്മാവിനെക്കുറിച്ചുള്ള അനശ്വരബോധം

ഭഗവദ്ഗീതയിലെ സുപ്രധാന ആശയമാണ് ആത്മ സങ്കല്പം. ദേഹം നശിക്കുമെങ്കിലും ആത്മാവ് ഒരിക്കലും നശിക്കാത്ത ഒന്നാണെന്ന ബോധം സൃഷ്ടിച്ചെടുക്കാൻ ഭഗവദ് ഗീതയ്ക്ക് കഴിഞ്ഞിട്ടുണ്ട്. ഈ ആശയം ദേശീയ പ്രസ്ഥാനഘട്ടത്തിൽ അനവധി വിപ്ലവകാരികൾക്ക് തങ്ങളുടെ ശരീരം ത്യജിച്ചും കർമം ചെയ്യാനുള്ള പ്രേരണ നൽകിയിട്ടുണ്ട്. രണ്ടാമധ്യായത്തിലാണ് പ്രധാനമായും ആത്മാവിന്റെ അനശ്വരതയെ ഗീത മുന്നോട്ടു വെക്കുന്നത്. അത് ഇപ്രകാരമാകുന്നു. ദേഹാഭിമാനിയായ ജീവന് ദേഹത്തിൽ എപ്രകാരമാണോ കൗമാരവും യൗവനവും- വാർധക്യവും സംഭവിക്കുന്നത്. അപ്രകാരം തന്നെയാണ് അന്യശരീര പ്രാപ്തിയെന്നും, വിവേകികൾ അതിൽ പരിഭ്രമിക്കില്ലെന്നും ഗീത വിശദമാക്കുന്നു'.[2] ശരീരം നാശമുള്ളതാണെന്നും ആ നാശം തടയാൻ ആർക്കും സാധ്യമല്ലെന്നും വിവരിക്കുന്നതോടൊപ്പം തന്നെ ശരീരത്തിനുള്ളിൽ വർത്തിക്കുന്ന ആത്മാവ് നിത്യനും നാശരഹിതനുമാണെന്നും ആ ആത്മാവിനെ

---

1 കെ. ദാമോദരൻ, ഭാരതീയചിന്ത, പേജ്- 261

2 ഭഗവദ്ഗീത II- 13.

നശിപ്പിക്കാൻ ആരാലും സാധ്യമല്ലെന്നും ഗീത വെളിപ്പെടുത്തുന്നു. ഒപ്പം. ആത്മാവ് ഒരിക്കലും ജനിക്കുകയോ മരിക്കുകയോ ചെയ്യു ന്നില്ലെന്നും ശരീരം നശിക്കുമ്പോഴും ആത്മാവു നശിക്കുന്നില്ലെന്നും കൂട്ടിച്ചേർക്കുന്നു.[3]

ശരീരത്തെ വസ്ത്രത്തോടാണ് ഗീത ഉപമിക്കുന്നത്. മനുഷ്യൻ എപ്രകാരം പഴയ വസ്ത്രങ്ങൾ ഉപേക്ഷിച്ച് പുതിയ സ്വീകരിക്കു ന്നുവോ അപ്രകാരം തന്നെ ജീർണിച്ച ശരീരങ്ങളെ ഉപേക്ഷിച്ച് ആത്മാവ് പുതിയ ശരീരങ്ങളെ പ്രാപിക്കുമത്രെ. ആത്മാവിനെയാ കട്ടെ ശാസ്ത്രങ്ങൾ മുറിക്കുകയോ ആഗ്നി ദഹിപ്പിക്കുകയോ ജലം നനയ്ക്കുകയോ വായു ഉണക്കുകയോ ചെയ്യുന്നില്ല (ഭഗവദ്ഗീത II23.) അതുകൊണ്ട് ആത്മാവ് നിത്യനും സർവവ്യാപിയും സ്ഥിരനും ചലി ക്കാത്തവനും അനാദിയുമാണെന്ന് ഗീത വിവരിക്കുന്നു. ഗീതയുടെ ഈ ആത്മസന്ദേശം ദേശീയവാദികളെ കുറച്ചൊന്നുമല്ല സ്വാധീ നിച്ചത്. ധർമ്മരാജ് അടാട്ട് ഇപ്രകാരം വിവരിക്കുന്നു-"ആത്യ ന്തികമായി ഓരോ ഭാരതീയനും നശ്വരമായ ശരീരത്തിന്റെയല്ല, അനശ്വരമായ ആത്മാവിന്റെ ഉടമയാകുന്നതിലാണ് അഭിമാനിക്കേ ണ്ടത് എന്ന ബോധം ഈ ഘട്ടത്തിൽ നിലനിന്നിരുന്നു. ആത്മാവ് ഓരോ അവസ്ഥയിൽ വലിച്ചെറിയുന്ന ചണ്ടിയാണ് ശരീരം എന്ന ഉദ്ബോധനം ഭാരതീയരെ ശരീരാഭിമാനത്തിൽ നിന്നും മോചി പ്പിച്ച് ആത്മാഭിമാനികളാക്കുമെന്ന് സമരനായകർ മനസിലാക്കി. അതിനുതകുന്ന ഊർജ്ജം പ്രദാനം ചെയ്തത് മുഖ്യമായും ഭഗവദ്ഗീ തയും തത്തുല്യമായ പുരാണ-ഇതിഹാസഗ്രന്ഥങ്ങളുമായിരുന്നു. ദേശാഭിമാനത്തിന്റെയും ത്യാഗത്തിന്റെയും വീരാഹുതിയുടെയും ഉജ്വലങ്ങളായ നിരവധി കഥാപാത്രങ്ങൾ പുതിയരൂപത്തിലും ഭാവത്തിലും അരങ്ങിലെത്തി. ഭഗവദ് ഗീത മുന്നോട്ടു വെച്ച ഓരോ ആശയവും കാലഘട്ടത്തിന്റെ ദൗത്യം ഏറ്റെടുക്കുന്നതിന് ജനങ്ങളെ സജ്ജരാക്കുന്നതിൽ നിർണായകങ്ങളായിത്തീർന്നു. അതിൽ ഏറ്റവും മുഖ്യം ആത്മാവിന്റെ അനശ്വരതയെക്കുറിച്ചുള്ള അതിലെ ഉദ്ഘോഷണങ്ങളായിരുന്നു.[4]" തങ്ങളുടെ കർമപഥത്തിൽ ശരീരം നഷ്ടപ്പെട്ടാലും ആത്മാവിന്റെ ശക്തി നിലനിൽക്കുമെന്ന വിശ്വാസം പ്രബലമാകുകയും ജീവൻ ബലിയർപ്പിച്ചും മാതൃഭൂമിയെ സംരക്ഷി ക്കാൻ ദേശീയവാദികൾ മുന്നോട്ടു വരികയും ചെയ്തു. ഭഗവദ്ഗീതയിൽ കൈവെച്ച് സത്യപ്രതിജ്ഞ ചെയ്തും, ഗീതയെ മാറോടു ചേർത്തു കൊണ്ടുമാണ് ചില വിപ്ലവകാരികൾ ദേശീയ പ്രസ്ഥാനത്തിൽ അണിചേർന്നത്. 'ശ്രീമദ് ഭാഗവദ്ഗീതാ രഹസ്യ' ത്തിൽ തിലകൻ

---

3 ഭഗവദ് ഗീത,II-20

4 ധർമ്മരാജ് ആടാട്ട്, മതം ശാസ്ത്രം യുക്തിചിന്ത, പേജ് 121.

നിരവധി ഉദാഹരണങ്ങളിലൂടെ ആത്മതത്ത്വത്തെ വിശദീകരിക്കു ന്നുണ്ട്. മനുവചനങ്ങളെ ചേർത്തുകൊണ്ട് തിലകൻ പറയുന്നു- 'മനു ഷ്യദേഹം ദുർല്ലഭവും നശിക്കുന്നതുമാണെങ്കിൽ അതിനെ നശിപ്പിച്ച് അതിനേക്കാൾ അധികം ശാശ്വതമായതെന്തെങ്കിലും നേടാമെന്നു ണ്ടെങ്കിൽ(ദേശം, ധർമം,സത്യം, ശപഥം, വ്രതം, മാനം എന്നിവ യുടെ രക്ഷ) അപ്പോഴെല്ലാം അനേകം മഹാന്മാർ ഈ തീവ്രമായ കർത്തവ്യാഗ്നിയിൽ ആനന്ദത്തോടെ പ്രാണാഹുതി അർപ്പിച്ചിട്ടു ണ്ട്.[5] സ്വാതന്ത്ര്യ സമരഘട്ടത്തിൽ നടത്തിയ തിലകന്റെ ഈ വിവരണം തീവ്രവാദികളായ ദേശീയവാദികളെ ആകർഷിക്കുകയും നശ്വരമായ ദേഹത്തെ വെടിഞ്ഞ് ശാശ്വതമായ ദേശസ്വാതന്ത്ര്യം നേടാൻ പ്രയത്നിക്കുകയും ചെയ്തു. മാത്രമല്ല ദേശീയ സ്വാതന്ത്ര്യ സമരത്തിൽ പങ്കെടുത്ത് വധശിക്ഷയ്ക്കു വിധിക്കപ്പെട്ട ഖുദിറാം ബോസും രാംപ്രസാദ്ബിസ്മിലും കൊലമരത്തിലേക്കു നീങ്ങിയത് ഗീത കൈയ്യിൽ മുറുകെപ്പിടിച്ച് കൊണ്ടായിരുന്നു.[6] അനശ്വരമായ ആത്മാവിനെക്കുറിച്ചുള്ള ഗീതാവിചാരങ്ങൾ ഖുദിറാം ബോസിനേയും മറ്റും ആവേശം കൊള്ളിച്ചിരുന്നു എന്നു വേണം കരുതാൻ. 1918-ൽ തയ്യാറാക്കപ്പെട്ട റൗളറ്റ് കമ്മിറ്റി റിപ്പോർട്ട് ഭഗവദ്ഗീതയുടെ ഈ വിധത്തിലുള്ള സ്വാധീനത്തെക്കുറിച്ച് സൂചിപ്പിക്കുന്നുണ്ട്. 1908-ൽ ബനാറസിൽ രൂപീകരിക്കപ്പെട്ട അനുശീലൻ സമിതിയെക്കുറിച്ചു വിശദീകരിക്കുന്ന വേളയിൽ ഭഗവദ്ഗീതയെ വ്യാഖ്യാനിച്ചുകൊണ്ടു തയ്യാറാക്കിയ ധർമ്മ പ്രബോധനമാണ് രാജ്യദ്രോഹപ്രവർത്തന ത്തിന്റെ അടിത്തറയെന്ന് റൗളറ്റ് റിപ്പോർട്ട് സൂചിപ്പിക്കുന്നു[7]. ഗീത മുന്നോട്ടു വെച്ച ആത്മ വിചാരമാണ് ദേഹം ത്യജിക്കാനും കർമ്മം ചെയ്യാനുമുള്ളധീരത അനുശീലൻ സമിതിയടങ്ങുന്ന സംഘങ്ങളിലെ യുവാക്കൾക്കു പ്രേരകമായിത്തീർന്നത്. ദേഹമസ്തമിച്ചാലും ദേഹി തങ്ങളുടെ മാതൃരാജ്യത്തു തന്നെ നിലനിൽക്കുമല്ലോ എന്ന ആത്മ വിശ്വാസവും ഇവർക്കിടയിൽ വർത്തിച്ചു. അതാണ് കൊലമരത്തിലും ഗീതയെ ചേർത്തു പിടിച്ച് മരണത്തെ പുൽകാൻ ദേശീയവാദികളെ പ്രേരിപ്പിച്ചതും.

പുനർജന്മ വിശ്വാസം

ദേഹം നശിച്ചാലും ദേഹി നിലനിൽക്കുമെന്നും മറ്റൊരു ശരീര പ്രാപ്തിയിലൂടെ അത് പുനർജനിക്കുമെന്നുമുള്ള വിശ്വാസങ്ങ ളിലധിഷ്ഠിതമാണ് ഇന്ത്യൻ ദാർശനികതലം. ഭഗവദ്ഗീതയും

5 ശ്രീമദ് ഭഗവദ്ഗീതാരഹസ്യം, പേജ്-61

6 സുനിൽ പി ഇളയിടം, ചരിത്രം. പാഠരൂപങ്ങളും പ്രത്യയശാസ്ത്രവും, പേജ് 158.

7 അതേ പുസ്തകം

ഇത്തരമൊരാശയത്തെ മുന്നോട്ടു വെക്കുന്നു. ആത്മാവ് ഉപയോഗ ശൂന്യമായ ദേഹത്തെ യഥാവസരം വെടിഞ്ഞ് കർമ്മ ഫലത്തെ അനുഭവിക്കത്തക്ക മറ്റു ശരീരങ്ങളെ സ്വീകരിച്ചുകൊണ്ടിരിക്കുന്നു വെന്നും അതിനാൽ ഒരു ദേഹത്തെ വിട്ട് വേറിട്ടു പോകുന്ന ദേഹി മറ്റൊരു ദേഹത്തിലൂടെ പുനർജനിക്കുമെന്നും ഗീത അനുശാസിക്കു ന്നു.[8] സ്വകർമത്തിൽ വീരമൃത്യു വരിച്ചാലും മറ്റൊരു ദേഹത്തിലൂടെ പുനർജനിക്കുമെന്നതിനാൽ മരണത്തിലേക്കു ധീരതയോടെ നീങ്ങുക എന്നത് ദേശീയവാദികളെ സംബന്ധിച്ച് പ്രശ്നമല്ലാത്ത പ്രവൃത്തി യായി മാറി. വേദങ്ങളിലോ പുരാണങ്ങളിലോ വിവരിച്ച പുനർജന്മ ആശയത്തേക്കാൾ ദേശീയവാദികളെ ആകർഷിച്ചത് ഭഗവദ്ഗീത യിലെ പുനർജന്മ സിദ്ധാന്തമാണ്. ഗീതാതത്ത്വമനുസരിച്ച് പുനർ ജന്മം ഉറപ്പായതിനാൽ മരണത്തിലേക്കു നീങ്ങുക എന്നത് ദേശീയ വാദികളെ സംബന്ധിച്ച് ലഘുവായ കാര്യമായാണ് അനുഭവപ്പെട്ടത്.

പുണ്യ ഗ്രന്ഥത്തിന്റെ അഭാവം

സ്വാതന്ത്ര്യ സമരഘട്ടത്തിൽ ഭഗവദ്ഗീത ഉയർന്നുവരാനുള്ള ഏറ്റവും പ്രധാനപ്പെട്ട കാരണം ഹിന്ദുജനതയ്ക്ക് ഉയർത്തിപ്പിടി ക്കാൻ ഒരു പുണ്യഗ്രന്ഥമില്ല എന്ന വസ്തുതയാണ്. ബൈബിളിനെ മുൻനിർത്തി ഇന്ത്യൻ സംസ്കാരവും സാമൂഹ്യാവസ്ഥയും മതവും വിലയിരുത്തിയ ബ്രിട്ടീഷുകാർ മതപരിവർത്തനങ്ങളടങ്ങുന്ന പ്ര വർത്തനങ്ങൾക്കു നേതൃത്വം നൽകി. മിഷനറിമാരുടെ വ്യാപക മായ മത പ്രചാരണങ്ങളും വിമർശനങ്ങളും നിമിത്തം ബൈബിൾ പോലെ പൊതു സ്വീകാര്യതയുള്ള ഒരു മതഗ്രന്ഥത്തിന്റെ അപര്യാ പ്തത ഗൗരവമായ ഒരു വിഷയമായി തീർന്നു. ഈ ഗൗരവത്തിൽ നിന്നാണ് ഭഗവദ്ഗീതയ്ക്ക് ഒരു മതഗ്രന്ഥം എന്ന പദവി ലഭിക്കുന്നത്. അനേകം ദൈവങ്ങളിലും ജാതികളിലുമായി വിഘടിച്ചു കിടക്കുന്ന ഹിന്ദു ജനതയ്ക്ക് കെട്ടുകഥകളിലും ഐതിഹ്യങ്ങളിലും ശാസ്ത്ര ങ്ങളിലുമായി അനേകം ഗ്രന്ഥങ്ങൾ നിലനിൽക്കെ പ്രത്യേകമായി എടുത്തു പറയാവുന്ന ഗ്രന്ഥത്തിന്റെ അഭാവം വലിയതോതിൽ പ്രശ്നം സൃഷ്ടിച്ചു. ഇന്ത്യൻ ദാർശനിക ചരിത്രത്തിലെ ഒരു ഘട്ടം വരെ ദർശനങ്ങൾക്കെല്ലാം പ്രമാണമായി നിലകൊണ്ടത് വേദങ്ങളായി രുന്നു. വിശകലനമായാലും വിമർശനങ്ങളായാലും എല്ലാവാദങ്ങളും വേദങ്ങളെമുൻനിർത്തിയുള്ള ദാർശനിക വിവരണങ്ങളായിരു ന്നു. ഒന്നുകിൽ വേദത്തെ അംഗീകരിച്ചോ അല്ലെങ്കിൽ അതിനെ നിരാകരിച്ചോ ആണ് ഇന്ത്യൻ ബൗദ്ധിക മണ്ഡലങ്ങൾ വികാസം പ്രാപിച്ചത്. പ്രാചീന ദർശനങ്ങളായ സാംഖ്യം മുതൽ വേദാന്ത

8 ഗീത II.22

ദർശനം വരെ വേദപ്രമാണങ്ങളെ മുൻനിർത്തിയാണ് തങ്ങളുടെ ദർശനിക പദ്ധതികളെ അവതരിപ്പിച്ചത് ചാർവാക, ബൗദ്ധ, ജൈന ദർശനങ്ങളാകട്ടെ വേദാചാരങ്ങളെ നിരാകരിച്ചുകൊണ്ട് തങ്ങളുടെ ആശയങ്ങൾ പ്രചരിപ്പിക്കാൻ ശ്രമിച്ചു. പിന്നീട് കാലങ്ങളോളം വേദങ്ങളെ കേന്ദ്രീകരിച്ചുള്ള ചർച്ചകളിലൂടെ അവയുടെ ആധികാരികത ചോദ്യം ചെയ്യപ്പെടുകയോ ചെയ്യപ്പെടാതിരിക്കുകയോ ചെയ്തു. എന്നാൽ കൊളോണിയൽ അധുനികതയിൽ വേദങ്ങളേക്കാൾ പ്രാമാണികതയും പദവിയും ഭഗവദ്ഗീതയ്ക്കാണ് ലഭ്യമായത്. വ്യത്യസ്ത ചിന്താപദ്ധതികൾക്ക് പ്രമാണമായ വേദങ്ങൾ ഭൂരിപക്ഷം ജനതയ്ക്കും അന്യമായിരുന്നു. സ്വാന്ത്ര്യസമരഘട്ടങ്ങളിൽ പോലും വേദങ്ങൾ ഒരു പ്രത്യേകവിഭാഗത്തിന്റെ കൈകളിൽ തന്നെയായിരുന്നു. ഭൂരിപക്ഷം ജനതയും അവയിൽ നിന്നും വിജ്ഞാനപരമായി ഏറെ അകലെയായിരുന്നു. ഈ ഘട്ടത്തിൽ ക്രിസ്ത്യാനികൾ ബൈബിളും മുസ്ലീംങ്ങൾ ഖുറാനുമായി ഒരു ഏകകേന്ദ്രീതഗ്രന്ഥത്തിന്റെ ചട്ടക്കൂടിനുള്ളിൽ നിന്നു പ്രവർത്തിച്ചപ്പോൾ ഹിന്ദുജനത പലതായി വിഘടിച്ചു കിടക്കുകയായിരുന്നു. അതിനാൽ കേന്ദ്രീകൃത ഗ്രന്ഥത്തിലേക്കും അതുവഴി മതബോധത്തിലേക്കും ഇന്ത്യൻ ജനതയെ എത്തിക്കേണ്ടത് അനിവാര്യമായി തീർന്നു. തുടർന്ന് വേദങ്ങളുടെയും ഉപനിഷത്തുക്കളുടെയും സത്തായി കണക്കാക്കപ്പെടുന്ന ഭഗവദ്ഗീതയെ പ്രമാണഗ്രന്ഥമാക്കി ഉയർത്തിക്കൊണ്ടുവരാനുള്ള ശ്രമങ്ങൾ നടന്നു. ഭക്തി പ്രസ്ഥാനത്തിലൂടെ കൃഷ്ണസങ്കല്പം കെട്ടുകഥകളിലൂടെയും മറ്റും സജീവമായി രംഗപ്രവേശം ചെയ്തിട്ടുമുണ്ടായിരുന്നു. അതിനാൽ 'ഭഗവാന്റെ ഗീതം' എന്നർത്ഥമുള്ള 'ഭഗവദ്ഗീത' ഹിന്ദുജനതയുടെ പ്രമാണഗ്രന്ഥമായി ഉയർന്നുവന്നു. തങ്ങൾക്ക് എടുത്തു പറയാനും ആദർശവത്ക്കരിക്കാനും സ്വന്തമായി ഒരു ഗ്രന്ഥമുണ്ട് എന്ന ബോധം ജനതയിൽ നിർമ്മിച്ചെടുക്കാൻ ഗീതയിലൂടെ ദേശീയ നേതാക്കൾക്കു കഴിഞ്ഞു. അതിനുള്ള സാഹചര്യം ബ്രിട്ടീഷുകാർതന്നെ നിർമ്മിച്ചിരുന്നു. വിഘടിച്ചു കിടക്കുന്ന ഇന്ത്യൻ മതബോധത്തെ കേന്ദ്രീകൃതമായ, ചട്ടക്കൂടിലൊതുങ്ങുന്ന മതബോധത്തിലേക്കു നയിക്കേണ്ടതിന്റെ ആവശ്യകത ബ്രിട്ടീഷുകാർക്കുമുണ്ടായിരുന്നു. ക്രൈസ്തവ, ജൂത മതങ്ങളെപ്പോലെ ഒരു പ്രമാണ ഗ്രന്ഥത്തെ മുൻനിർത്തിയുള്ള മതപരമായ ഇടപെടലുകൾ നടത്താനാണ് കൊളോണിയൽ ഭരണാധികാരികളും പരിശ്രമിച്ചത്. അപ്രകാരം മറ്റേതൊരു കൃതിയേക്കാളും ഗീതയെ അടുത്തറിഞ്ഞ ബ്രിട്ടീഷുകാർ ഭഗവദ്ഗീതയെ മുൻനിർത്തിയുള്ള മതപരമായ വായനയ്ക്ക് ഇടം നൽകി. വേദങ്ങളും ഉപനിഷത്തുക്കളും യൂറോപ്യൻ വായനയ്ക്ക് വിധേയമായെങ്കിലും കൂടുതൽ ആകർഷിച്ചത് ഭഗവദ്ഗീതയായിരുന്നു. ചാൾസ് വിൽക്കിൻസ് മുതൽ

ജോൺ കീറ്റ്സ് വരെയുള്ളവരെ ഗീത അതിരറ്റ് സ്വാധീനിച്ചിരുന്നു. ദേശീയ പ്രസ്ഥാനം ശക്തിപ്പെട്ടതോടുകൂടി ഹിന്ദുജനത ഭഗവദ്ഗീതയെ ഏറ്റെടുക്കുകയും പൊതുജനസ്വീകാര്യമായ ഒരു കൃതി എന്ന നിലയിൽ അതിനെ പുണ്യഗ്രന്ഥമാക്കി മാറ്റുകയും ചെയ്തു. തിലകനും, ഗാന്ധിയും, അരബിന്ദോയുമെല്ലാം ഗീതയെ ഉയർത്തിക്കൊണ്ടുവരാനും ശ്രമിച്ചു. അതുകൊണ്ടുതന്നെ ഒരു പുണ്യഗ്രന്ഥത്തിന്റെ അഭാവ സാഹചര്യത്തെ ഗീതയിലൂടെ മറികടക്കാൻ ദേശീയവാദികൾക്കു കഴിഞ്ഞു. ഈ മറികടക്കലാണ് ദേശീയവും മതപരവുമായ സ്ഥാനം ഭഗവദ്ഗീതയ്ക്കു നൽകിയത്.

ഗീത : വിശുദ്ധ സങ്കല്പനങ്ങൾ

ഹിന്ദുവിന്റെ വിശുദ്ധപുസ്തകം എന്ന സങ്കല്പം ഭഗവദ്ഗീതയ്ക്ക് വന്നുചേർന്നത് ദേശീയ പ്രസ്ഥാനഘട്ടത്തിലാണെന്നും ബ്രിട്ടീഷുകാരുടെ സഹായം അതിനു പിന്നിലുണ്ടായിരുന്നെന്നും ചർച്ച ചെയ്യപ്പെട്ടു. യഥാർത്ഥത്തിൽ ഗീതയെ വിശുദ്ധപുസ്തകമാക്കി തീർത്തതിലും ഹിന്ദുവിന്റെ മതകൃതിയാക്കി മാറ്റിയതിലും ഗാന്ധിജിയടങ്ങുന്ന ദേശീയനേതാക്കൾക്ക് പങ്കുണ്ട്.

ഗാന്ധി–ഗീതയുടെ മതവായന

അഹിംസയുടെ സന്ദേശമായി ഗീതയെ പ്രഖ്യാപിച്ച ഗാന്ധിജി തന്റെ സത്യാഗ്രഹസമരം മുതൽ നൂൽനൂൽപ്പും കുടിൽ വ്യവസായവും നിസ്സഹകരണപ്രസ്ഥാനവുമെല്ലാം ഗീതയെ മുൻനിർത്തി പ്രയോഗിക്കാനാണ് ശ്രമിച്ചത്. ഗാന്ധിജിയുടെ ഗീതാപഠനവും എഴുത്തും പ്രവർത്തനങ്ങളും അണികളേയും ഗീതയിലേക്കു നയിക്കാൻ ഇടയാക്കിയിട്ടുണ്ട്. കേവലമായ ദർശനം എന്നതിനപ്പുറം മതത്തെ കേന്ദ്രീകരിച്ചുകൊണ്ടുള്ള പരോക്ഷവായന ഗാന്ധിയിലും നടന്നിട്ടുണ്ട്. ഈ വായനയാണ് ഹിന്ദുജനതയെയും അഹിംസാവാദികളേയും ഭഗവദ്ഗീതയിലേക്കും സ്വാതന്ത്ര്യ സമരത്തിലേക്കും അടുപ്പിച്ചത്. ഗാന്ധിയുടെ ഗീതഉപയോഗിച്ചുള്ള മതവായനയെ ഇപ്രകാരം വിലയിരുത്താം–

ഗീത : ദിനംപ്രതി പ്രാർത്ഥിക്കേണ്ട പ്രാർത്ഥനാഗ്രന്ഥം

ഗാന്ധിയെ സംബന്ധിച്ച് ഭഗവദ്ഗീത കേവലമായ യുദ്ധവിവരണമോ വർണ്ണനയോ അല്ല. മറിച്ച് മനുഷ്യമനസിനെ സംശുദ്ധമാക്കുന്ന പ്രാർത്ഥനാ ഗീതമായിരുന്നു. ആ പ്രാർത്ഥന ദിനം പ്രതി ചൊല്ലാൻ അദ്ദേഹം ഉപദേശിക്കുകയും ചെയ്തു. [1]വിദ്യാഭ്യാസത്തിൽ ഭഗവദ്ഗീത സ്വാധീനം ചെലുത്തണമെന്ന് ഗാന്ധി ആഗ്രഹിച്ചിരിക്കാം. മാത്രമല്ല വ്യക്തിത്വ വികസനത്തിന്റെ പ്രാരംഭദശ വിദ്യാർത്ഥിഘട്ടമായതുകൊണ്ടുതന്നെ ഗീത ഉപയോഗിച്ചുള്ള മാനസിക വികാസം കുട്ടികളിലൂടെ സാധ്യമാകുമെന്നും ഗാന്ധി

1 I would advise the students to begin their day with an early morning recitation of the gita, Harijan, 24-08-1934, p. 221.

വിശ്വസിച്ചിരിക്കാം. ഭാഗവതമോ വേദങ്ങളോ പോലെ ഗീതദിനം പ്രതി പാരായണം ചെയ്യപ്പെട്ടുമ്പോൾ ആന്തരികമായി മതബോധം രൂപപ്പെട്ടുമെന്നതിൽ സംശയമില്ല. (ബ്രാഹ്മണ സമൂഹത്തിനിടയിൽ വേദസൂക്ത പാരായണങ്ങൾ നിലനിന്നിരുന്നു എന്നതും ഭാഗവതയജ്ഞങ്ങൾ നിലനിന്നിരുന്നു എന്നതും ശ്രദ്ധേയമാണ്. ബ്രാഹ്മണമതത്തിന്റെ പ്രതീകമായാണ് വേദം നിലനിന്നത്. സ്വാഭാവികമായും ഗീതാപാരായണം ഹിന്ദുമതത്തിന്റെ ഭാഗമാകുമെന്നതിൽ സംശയമില്ല) ഗാന്ധിയുടെ ഗീതോപദേശം ചെറുപ്പകാലംതൊട്ടേ കുട്ടികളിൽ ഗീതാവബോധം സൃഷ്ടിക്കുന്നതിലേക്കാണ് നയിച്ചത്. അഹിംസ, ബ്രഹ്മചര്യം, യജ്ഞം തുടങ്ങിയവ സ്വാധീനം ചെലുത്തുന്നതോടൊപ്പം തന്നെ 'ഞങ്ങളുടെ വിശുദ്ധപുസ്തകം' എന്ന വികാരം സൃഷ്ടിക്കുന്നതിലേക്കാണ് ഈ ബോധം വഴിതെളിച്ചത്. (വിനോബാ ഭാവേയെപ്പോലുള്ള ഗാന്ധി ശിഷ്യർ ഗീത ഒരു മതത്തിന്റെയും പ്രതീകമല്ല എന്നു വാദിച്ചെങ്കിലും ഗാന്ധിശിഷ്യരിലുള്ള മറ്റു മതവിശ്വാസികൾ ദേശീയ പ്രസ്ഥാനഘട്ടത്തിൽ ഗീതയെ വ്യാഖ്യാനിച്ചില്ല എന്നതും ശ്രദ്ധേയമാണ്)

ഗീത: ഹിന്ദുവിന്റെ ഒരേയൊരു ഗ്രന്ഥം

ഗാന്ധിജിയെ വേദങ്ങളോ, ഭാഗവതമോ ദേവീപുരാണമോ അത്രയൊന്നും സ്വാധീനിച്ചിരുന്നില്ല. അവയൊന്നും ഹിന്ദുവിന്റെ പ്രമാണ ഗ്രന്ഥമാണെന്ന് അംഗീകരിക്കാനും അദ്ദേഹം തയ്യാറല്ലായിരുന്നു. എന്തുകൊണ്ടെന്നാൽ പതിനഞ്ചും പതിനാറും വർഷങ്ങൾ ഇവ പഠിക്കാൻ ആവശ്യമാണ് എന്നതു തന്നെ[2]. ഹിന്ദുക്കൾക്ക് സത്യം മനസിലാക്കാനുള്ള ഗ്രന്ഥം ഗീതയാണെന്ന ഗാന്ധിയുടെ വാദം മറ്റേതൊരു ഗ്രന്ഥത്തേക്കാളും ഉപരിയായസ്ഥാനം ഗീതയ്ക്ക് നൽകിക്കൊടുത്തു. അതിനാൽ വേദങ്ങളിലേക്കോ പുരാണങ്ങളിലേക്കോ തിരിയുന്നതിനുപകരം ഗാന്ധിശിഷ്യരും അനുയായികളും ഭഗവദ്ഗീത പഠിക്കുകയും അതിലെ തത്ത്വങ്ങളെ മുൻനിർത്തി വിമോചനത്തിനു തയ്യാറാവുകയും ചെയ്തു. ബൈബിളിനേയോ ഖുറാനേയോ മുൻനിർത്തിയുള്ള മതഘടനയെപ്പോലെ ഗീതയെ കേന്ദ്രീകരിച്ചുള്ള മതസമീപനത്തിന്റെ തുടർച്ചയായിരുന്നു ഈ പ്രവർത്തനങ്ങളും.

---

2 The Vedas, Bhagavata and Devipurana is not the one book that can be to the Hindus, be cause to study veda we need it have fifteen or sixteen years, Gita has only 700 verses and it is the essence of all sastras and the upanisads. So Gita is the one book of the Hindus for understand truth- Harijan 208- 34

സനാതനഹിന്ദുസങ്കല്പവും വർണാശ്രമധർമവും

സനാതനഹിന്ദു സങ്കല്പത്തോടൊപ്പം തന്നെ വർണാശ്രമ ധർമ ങ്ങളെയും ഗാന്ധി അംഗീകരിച്ചതായി കാണാം.[3] എല്ലാവരും ദൈവ ത്തിന്റെ സൃഷ്ടിയാണെന്ന് വാദിക്കുമ്പോഴും ബ്രാഹ്മണന് അറിവും ക്ഷത്രിയന് സംരക്ഷണ കർമ്മവും വൈശ്യന് വ്യാപാരവും ശൂദ്രന് അധ്വാനവും ദൈവിക സൃഷ്ടിയുടെ ഭാഗമായി ലഭിച്ചതാണെന്ന് ഗാന്ധി അഭിപ്രായപ്പെടുകയും ചെയ്തു. ഗാന്ധിയുടെ സനാത ഹിന്ദു സങ്കല്പം ഹൈന്ദവബോധത്തെ ഉണർത്താനാണ് ഒരു പരിധിവരെ ഉപയോഗിക്കപ്പെട്ടത്. തങ്ങൾ ചെയ്യേണ്ട കർമ്മങ്ങൾ ഹിന്ദു ധർമ്മശാസനകളാണെന്ന ചിന്ത ജനതയിൽ ഉടലെടുക്കാനും ഇതു കാരണമായിതീർന്നു.

ചരിത്രാത്മകതയുടെ അഭാവം

സ്വാതന്ത്ര്യ സമര ഘട്ടത്തിൽ തന്നെ ഭഗവദ്ഗീതയെ മുൻ നിർത്തി നിരവധി ചരിത്രവായനകളും തർക്കങ്ങളും നടന്നിട്ടുണ്ട്. എന്നാൽ ഗാന്ധിയാകട്ടെ ഗീതയുടെ ചരിത്രത്തെ അന്വേഷിക്കാനോ കണ്ടെത്താനോ തുനിഞ്ഞില്ല. ഗീത കൃത്യമായി ഏതു കാലത്ത് രചി ച്ചുവെന്നോ അതിന്റെ ഉപജ്ഞാതാവ് ചരിത്രപുരുഷനായിരുന്നോ അതോ പുരാണത്തിലെ ഒരു കഥാപാത്രമായിരുന്നോ എന്നൊന്നും തീരുമാനിക്കുന്നതിൽ ഗാന്ധിക്ക് വലിയ താല്പര്യമൊന്നുമില്ലാ യിരുന്നു. ഭഗവദ്ഗീതയിലെ യജ്ഞം, സ്ഥിത പ്രജ്ഞസങ്കല്പം, നിഷ്കാമകർമ്മം എന്നിവയ്ക്കു പ്രാധാന്യം നൽകിക്കൊണ്ട് ദാർശ നികമായി കർമ്മ സങ്കല്പത്തെ വ്യാഖ്യാനിക്കുകയാണ് ഗാന്ധിജി ചെയ്തത്. യഥാർത്ഥത്തിൽ തിലകനടങ്ങുന്ന മറ്റു വ്യാഖ്യാതാക്കളിൽ നിന്നും ഭിന്നമായ വായനയാണ് ഗാന്ധി ഗീതയിലൂടെ നടത്തിയത്. അതിനാൽ 'അനാസക്തിയോഗ' മടങ്ങുന്ന ഗാന്ധിയുടെ ഗീതാത ത്ത്വങ്ങളിൽ ചരിത്രയുക്തിയുടെ അഭാവം പ്രകടമായിരുന്നു. മഹാ ഭാരതത്തെപോലും ഒരു ധർമശാസ്ത്രമായി കാണാനാണ് ഗാന്ധി ശ്രമിച്ചത്. ധർമ്മത്തെയും അഹിംസയെയും നിലനിർത്താനുള്ള കർമ്മപുസ്തകമായിരുന്നു ഗാന്ധിയുടെ ഗീത. ഗാന്ധിശിഷ്യരും അനു യായികളുമെല്ലാം ഗീതയുടെ ചരിത്രാത്മകയുക്തിക്ക് പുറത്തുനിന്നു കൊണ്ടാണ് അതിനെ നോക്കിക്കണ്ടതും പ്രയോഗിച്ചതും.

കൃഷ്ണകേന്ദ്രിത ഗീത-

ക്ലാസിക്കൽ വ്യാഖ്യാതാക്കളായ രാമാനുജനേയും മധ്വനേയും

3 I Call myself a sanatana Hindu because I belive in the vedas, the upanisads, the puranas and all that goes by the name of Hindu scriptures and there are in avataras and rebirth, M.L. Gujral, Thus spake Bapu. p. 28.

പോലെ കൃഷ്ണകേന്ദ്രിതമായ ഗീതാ വ്യാഖ്യാനമാണ് ഗാന്ധി നടത്തിയത്. വൈഷ്ണവിസത്തിന്റെ പ്രതീകമാണ് ഗാന്ധിയെ സംബന്ധിച്ച് ഗീത. വ്യാഖ്യാനങ്ങളിൽ പല ഭാഗത്തും 'ശ്രീകൃഷ്ണ ഭഗവാൻ' എന്നാണ് അദ്ദേഹം പ്രയോഗിച്ചിരിക്കുന്നത്. കൃഷ്ണനെ ഭഗവാനായി അഥവാ സംരക്ഷകനായി കാണാനായിരുന്നു ഗാന്ധിക്ക് താല്പര്യം. ജീവിതകാലത്തു ധർമ്മ ജാഗ്രത യാതൊരുവനിലാണോ ഏറ്റവുമധികമുള്ളത് അവൻ വിശേഷാവതാരമാണെന്നു വിചാരിച്ചു പേരുന്നതിന്റെ ഫലമായിട്ടാണ് ശ്രീകൃഷ്ണൻ ഇന്ന് ഹിന്ദുധർമപ്രകാരം സമ്പൂർണാവതാരസ്ഥാനത്തെ അലങ്കരിക്കുന്നതെന്ന് (young india, 6-08-31) അഭിപ്രായപ്പെടുമ്പോഴും 'കൃഷ്ണഭഗവാൻ അവതാരപുരുഷനാണെന്ന് നിഷേധിക്കുന്നില്ല[4] എന്നും ഗാന്ധി പറയുന്നു. ഇപ്രകാരം കർമ്മത്തെ ഉപദേശത്താൽ ചെയ്യിക്കുന്ന കൃഷ്ണ കേന്ദ്രീതമായ ഗീതയെ തന്നെയാണ് ഗാന്ധിയും പ്രോത്സാഹിപ്പിച്ചത്. യഥാർത്ഥത്തിൽ ഹിന്ദുമതത്തിലേക്കുള്ള പാതയായിരുന്നു ഭഗവദ്ഗീതയെ മുൻനിർത്തിക്കൊണ്ടുള്ള ഗാന്ധിയുടെ കൃഷ്ണ സങ്കല്പം

മതേതര സങ്കല്പങ്ങളിൽ നിന്നുയർന്ന മതബോധം

ഇന്ത്യൻ ദേശീയ പ്രസ്ഥാനത്തിൽ മതേതരത്വത്തിനും, മതൈക്യത്തിനുമായി പ്രവർത്തിച്ച ഗാന്ധിയിലൂടെ പ്രകടമായ ഗീതാതത്ത്വം പിന്നീട് മതപരമായ ഇടപെടലുകളായി പരിണമിച്ചിട്ടുണ്ട് തന്റെ പ്രാർത്ഥനാ യോഗങ്ങളിലെല്ലാം വിശുദ്ധഖുറാനും ബൈബിളിനുമൊപ്പം ഗാന്ധി പാരായണം ചെയ്തത് ഭഗവദ്ഗീതയാണ്. മതേതരത്തെ ഊട്ടിയുറപ്പിക്കാനാണ് ഇതിലൂടെ ഉദ്ദേശിച്ചതെങ്കിലും ഭഗവദ്ഗീതയെ ഹിന്ദുമതത്തിന്റെ വിശുദ്ധപുസ്തകമാക്കുന്നതിലേക്കാണ് അത് നയിച്ചത്. മുസ്ലീമിനു ഖുറാനും ക്രിസ്ത്യന് ബൈബിളുമെന്നപോലെ ഹിന്ദുക്കൾക്ക് പ്രമാണം ഭഗവദ്ഗീതയാണെന്ന് ഉറപ്പിച്ചെടുക്കുന്നതിലേക്കാണ് ഇത് വഴിതെളിച്ചത്.

ഗീത ആത്മീയ നിഘണ്ടുവാകുന്നു.

തന്റെ ആത്മീയ നിഘണ്ടുവായാണ് ഗാന്ധി ഗീതയെ കണ്ടത്. അതിനാൽ അദ്ദേഹത്തിന്റെ കൈയ്യിൽ എപ്പോഴും ഗീതയുടെ ഒരു പതിപ്പ് ഉണ്ടായിരുന്നു. ഗാന്ധി എഴുതി - 'ഞാൻ മനസിലാക്കിയിട്ടുള്ള വിധത്തിൽ ഗീതയിലെ ഉപദേശങ്ങളെ അനുഷ്ഠിക്കാൻ ഞാനും എന്റെ സഹവാസികളിൽ പലരും നിരന്തരമായ പ്രയത്നം ചെയ്തിട്ടുണ്ട്. ഗീത ഞങ്ങൾക്ക് അധ്യാത്മികങ്ങളായ സംശയങ്ങളെ നീക്കുവാനുള്ള ഒരു പ്രമാണ ഗ്രന്ഥമാകുന്നു[5]. 'ഹിന്ദു ധർമത്തെ

4 അനാസക്തിയോഗം ആമുഖം xiii

5 അനാസക്തിയോഗം ആമുഖം xiii

ആചരിക്കുവാനുദ്യമിക്കുന്ന ഓരോ ഗുജറാത്തി സഹോദരനും സഹോദരിയും ഗീതയുടെ ഗുജറാത്തി പരിഭാഷ വായിക്കുകയും ചിന്തിക്കുകയും അതിൽനിന്ന് ശക്തി സമ്പാദിക്കുകയും ചെയ്യണമെന്ന് ഗാന്ധി ആഗ്രഹിച്ചിരുന്നു. ശക്തിയുടെ കേന്ദ്രമായി ഗീതയെ കണ്ട ഗാന്ധിയുടെ വാദം ഹിന്ദുമതത്തെ ഏകീകരിക്കുന്നതിലേക്കാണ് ഒരു പരിധിവരെ നയിച്ചത്. ഭഗവദ്ഗീതയെ കർമ്മ പ്രധാനമായ ശാസ്ത്രമായി കാണുകയും ഹിന്ദുധർമ്മമായി രൂപപ്പെടുത്തുകയും ചെയ്തതിന്റെ ഫലമായാണ് ഗാന്ധി അനുയായികൾ ഗീതയിലേക്കും ഗീതാകർമത്തിലേക്കും തിരിഞ്ഞത്. യഥാർത്ഥത്തിൽ നിഷ്കാമമായി കർമം ചെയ്ത് തങ്ങളുടെ 'ഹൈന്ദവ നാടിനെ' സംരക്ഷിക്കാനുള്ള കടമയാണ് ഗാന്ധിയുടെ ഗീതാ തത്ത്വം വഴി സാധ്യമായത്. ജെ.ബി. കൃപലാനി വിവരിക്കുന്നത് നോക്കുക.– 'ഗീത വിവരിച്ച കർമ്മയോഗിയെപ്പോലെയായിരുന്നു ഗാന്ധി. ഉപനിഷത്തും ഭഗവദ്ഗീതയും ചേർന്ന പാഠങ്ങളാണ് അദ്ദേഹത്തിന്റെ ഹിന്ദുയിസം.'[6] ഗീതയേയും കർമ്മയോഗത്തെയും മാറ്റി നിർത്തിക്കൊണ്ട് ഗാന്ധിയേയോ ഹിന്ദുയിസത്തേയോ വിലയിരുത്താനാവില്ലെന്ന വാദത്തിലേക്കാണ് ഈ അഭിപ്രായം ചെന്നെത്തുന്നത്.

തിലകന്റെ മതഗീത

ദേശീയ പ്രസ്ഥാനത്തിലെ തീവ്രവക്താവായ ബാലഗംഗാധര തിലകൻ ഗീത ഉപയോഗിച്ചുകൊണ്ട് ഹിന്ദു ജനതയുടെ ഏകോപനത്തിന് പരിശ്രമിച്ചിട്ടുണ്ട്. ബ്രാഹ്മണികമായ ചുറ്റുപാടുകളിൽ നിന്നുകൊണ്ട് ഒരു സുവർണ ഹൈന്ദവഭാരതത്തെ ഗീതയിലൂടെ നിർമ്മിച്ചെടുക്കുകയായിരുന്നു തിലകന്റെ ലക്ഷ്യം. ദേശീയ വാദികൾ വർണാശ്രമങ്ങളിലും ജാതിവ്യവസ്ഥയിലും വിശ്വസിക്കുന്നവരായിരിക്കണമെന്ന് തിലകൻ വാദിക്കുന്നു. 1892-ൽ പൂനയിൽ വെച്ചു നടന്ന രണ്ടാം വ്യവസായ കോൺഫറൻസിൽ തൊഴിലിനെ അടിസ്ഥാനപ്പെടുത്തിയുള്ള ജാതിവ്യവസ്ഥയെ വിശദീകരിച്ചുകൊണ്ട് തിലകൻ പ്രബന്ധമവതരിപ്പിച്ചിട്ടുണ്ട്.[7] ഗീതയിലെ 'ചാതുർവർണ്യം മയാ സൃഷ്ടം..' എന്നശ്ലോകമാണ് പ്രസ്തുത വിഷയത്തിൽ തിലകൻ ഉപയോഗിച്ചത്. 1911-ൽ മഹാരാഷ്ട്രയിൽ രൂപം കൊണ്ട ഹിന്ദുമഹാസഭയെ തിലകൻ അതിരറ്റ് പ്രോത്സാഹിപ്പിച്ചിരുന്നു. തന്റെ പത്രങ്ങളിലും പ്രഭാഷണങ്ങളിലുമെല്ലാം അദ്ദേഹം സഭയ്ക്ക് ഏറെ പ്രാധാന്യം നൽകി. മാത്രമല്ല മുസ്ലീങ്ങളെ വിമർശിച്ചുകൊണ്ട് 'Mohammedan Inconsistency' എന്ന എഡിറ്റോറിയലും ഹിന്ദുമഹാസഭയ്ക്കുവേണ്ടി

6 J.B. Kripalani, Gandhi: life and thought, p.336.

7 Foundation of tilak's nationalism p, 157

'മറാത്ത'യിലൂടെ അദ്ദേഹം രംഗത്തെത്തിച്ചു.

ഗീതാരഹസ്യവും മതനിലപാടുകളും

ദേശീയ പ്രസ്ഥാനത്തിന്റെ ആയുധമായി തിലകൻ പ്രയോഗിച്ച ഗീതാവചനങ്ങൾക്കു പിന്നിൽ ചില മതനിലപാടുകൾ കൂടി ഉണ്ടായിരുന്നു എന്നത് വ്യക്തമാണ്. അത് പ്രധാനമായും;

a) ബുദ്ധമതത്തിന്റെ കാലനിർണയത്തെ ചെറുക്കുക

ഭഗവദ്ഗീത ബുദ്ധമതത്തിനും മുൻപേ രൂപപ്പെട്ട ദർശനമാണെന്ന് സ്ഥാപിക്കുകയാണ് തിലകൻ ചെയ്തത്. ഹിന്ദുഗ്രന്ഥങ്ങൾക്ക് സ്വതന്ത്രമായ ആധികാരികതയും പ്രാമാണികത്വവും നൽകുക എന്നതായിരുന്നു ഇതിലൂടെ അദ്ദേഹം ലക്ഷ്യം വെച്ചത്. വൈദിക ധർമ്മത്തിലും ഗീതയിലും നിന്ന് കടംകൊണ്ട സിദ്ധാന്തങ്ങളാണ് ബുദ്ധമതത്തിലും അതിന്റെ പ്രമാണിക കൃതികളിലുമുള്ളതെന്ന് തിലകൻ വാദിച്ചു. പ്രാചീന വൈദിക ധർമങ്ങളിൽ നിന്ന് ചിത്തനിരോധനയോഗം, കർമസന്യാസം എന്നിവയുടെ അടിസ്ഥാനത്തിൽ നാലു വർണക്കാർക്കും ബുദ്ധൻ തന്റെ സന്യാസ പ്രധാനമായ ധർമം ഉപദേശിച്ചുവെന്നും പിന്നീട് ബുദ്ധമതാനുയായികൾ അതിൽ ഭക്തിയും നിഷ്കാമകർമവും ചേർത്ത് പ്രചരിപ്പിച്ചുവെന്നും തിലകൻ അഭിപ്രായപ്പെട്ടു.[8] ഇപ്രകാരം ബുദ്ധമതത്തിന്റെ പ്രാചീനതയെ തകർത്ത് ദേശീയ പ്രസ്ഥാനഘട്ടത്തിൽഹിന്ദുവിന്റെ അതിപ്രാചീന കൃതിയായി തിലകൻ ഭഗവദ്ഗീതയെ ഉയർത്തിക്കൊണ്ടുവരാൻ ശ്രമിച്ചു.

ക്രിസ്തു മതത്തെ ചെറുക്കുക

ബ്രിട്ടീഷ് കൊളോണിയലിസത്തെ ചെറുക്കുന്നതോടൊപ്പം തന്നെ ക്രിസ്തു മതത്തേയും മതപരിവർത്തനങ്ങളേയും ചെറുക്കാൻ തിലകൻ പരിശ്രമിച്ചിട്ടുണ്ട്. ഗീതയുടെ സ്വാധീനം ബൗദ്ധരിലൂടെ ക്രിസ്തുമതത്തിലെത്തിയെന്നാണ് തിലകൻ വാദിക്കുന്നത്. ബൈബിളിലെ പുതിയ നിയമത്തിൽ കാണുന്ന സന്യാസം, നിർവൈരത്വം, ഭക്തി എന്നിവയാണ് തിലകൻ ഉദാഹരിക്കുന്നത്. മിഷണറിമാരുടെ പ്രവർത്തനങ്ങളിലൂടെ മതപരിവർത്തനം നടക്കുന്ന ഘട്ടം കൂടിയായിരുന്നു സ്വാതന്ത്ര്യ സമരഘട്ടം. അതിനാൽ ഹിന്ദുമതത്തെയും ഹിന്ദുമതതത്ത്വങ്ങളെയും ഭഗവദ്ഗീത ഉപയോഗിച്ച് ഉയർത്തിപ്പിടിക്കാനാണ് തിലകൻ ശ്രമിച്ചത്.

ചാതുർ വർണ്യത്തിന്റെ സംരക്ഷണം

കർമ്മ വിവരണത്തിനായി ഭഗവദ്ഗീതയിലെ ചാതുർവർണ്യത്തെ

8 ശ്രീമദ്ഭാഗവദ്ഗീതാരഹസ്യം. p, 572

ഗീതാരഹസ്യത്തിൽ തിലകൻ അനുകൂലിക്കുന്നതായി കാണാം. ലോക സംഗ്രഹത്തിനായാണ് ഗീതയിൽ ചാതുർവർണ്യം പറഞ്ഞിരിക്കുന്നതെന്നാണ് തിലകന്റെ വാദം. തിലകൻ വിവരിക്കുന്നു– 'ഗീതയുടെ കാലത്ത് ചാതുർവർണ്യവ്യവസ്ഥ അനിവാര്യമായി നടപ്പിലിരുന്നെന്നും ലോക സംഗ്രഹത്തിനാണത് പ്രചരിപ്പിച്ചിരുന്നതെന്നും തീർച്ചയാണ്. അതിനാൽ ചാതുർവർണ്യമനുസരിച്ച് പ്രാപ്തമായ സ്വകർമം നിഷ്കാമ ബുദ്ധിയോടെ എങ്ങനെ ചെയ്യാമെന്നും ഗീതയിലെ ലോക സംഗ്രഹത്തിന് അർത്ഥമിതാണെന്നും കാട്ടിക്കൊടുക്കുകയാണ് ചെയ്യേണ്ടത്".[9] മാത്രമല്ല സ്വഭാവം, ഗുണം എന്നിവയെ ആധാരമാക്കി നിശ്ചയിച്ച, ചാതുർവർണ്യ വ്യവസ്ഥയ്ക്കനുസൃതമായി ചെയ്യാൻ ലഭിച്ച കർമ്മം ചെയ്താൽ പാപമില്ല എന്നും ചാതുർവർണ്യ വ്യവസ്ഥയ്ക്കൊത്തു ലഭിച്ച യുദ്ധകർമ്മം ചെയ്യാൻ ഗീതയിൽ വീണ്ടും വീണ്ടും അർജ്ജുനനെ ഉപദേശിക്കുന്നതും ഇക്കാരണത്താലാണെന്നും തിലകൻ വാദിക്കുന്നു.

ശരീരത്തിന്റെയും മനസിന്റെയും ശുദ്ധിയെ കേന്ദ്രീകരിച്ചുകൊണ്ട് പ്രവർത്തിക്കുന്ന അനുശീലൻ പദ്ധതിയുടെ വക്താവായ ബങ്കിം ചന്ദ്രചാറ്റർജിയും ഭഗവദ്ഗീതയെ മുൻനിർത്തി മതപരമായ ഇടപെടലുകൾ നടത്തിയിട്ടുണ്ട്. എല്ലാ മതങ്ങളേക്കാളും എല്ലാ ആദർശങ്ങളേക്കാളും മുകളിൽ ഹിന്ദു ധർമ്മമാണെന്നു വിശ്വസിച്ച ബങ്കിം ചന്ദ്ര ഗീതയെ ധർമ്മ പ്രചരണത്തിനുള്ള ഗ്രന്ഥമായി കണ്ടു. കൃഷ്ണൻ, ബങ്കിംചന്ദ്രയെ സംബന്ധിച്ച് ആദർശത്തിന്റെ പ്രതീകമായിരുന്നു. കൃഷ്ണനേയും ധർമ്മത്തേയും കേന്ദ്രീകരിച്ചുള്ളതായിരുന്നു ബങ്കിമിന്റെ ഹിന്ദുത്വ നിലപാടുകൾ. തന്റെ ഭഗവദ്ഗീതാ വ്യാഖ്യാനത്തിൽ ഹിന്ദുത്വം എന്നത് കർമ്മത്തിലധിഷ്ഠിതമായ മതമാണെന്ന് അദേഹം അഭിപ്രായപ്പെട്ടു. ഒപ്പം വർണവ്യവസ്ഥയെ അതേപടി ന്യായീകരിക്കാനും ഹിന്ദുമതത്തെ പാരമ്പര്യയുക്തിയുടെ അടിസ്ഥാനത്തിൽ കെട്ടിപ്പടുക്കാനും അദ്ദേഹം ശ്രമിച്ചു.

ഭഗവദ്ഗീതയെ അവകാശവും ആവശ്യവുമായികണ്ട അരബിന്ദോ ഗീതയെ സമീപിക്കേണ്ടത് വെളിച്ചത്തിനും സഹായത്തിനും വേണ്ടിയാണെന്നാണ് അഭിപ്രായപ്പെട്ടത്. എന്നാൽ ദേശീയത എന്നത് സനാതന ധർമമാണെന്നും സനാതന ധർമം നശിക്കുമ്പോൾ രാഷ്ട്രം നശിക്കുന്നുവെന്നും അദ്ദേഹം പ്രസ്താവിച്ചു. അതിനാൽ ഗീതാസന്ദേശത്തിലൂടെയാണ് മനുഷ്യ സമൂഹത്തിന് പരിണതയും ആധ്യാത്മികക്ഷേമവും നേടാൻ കഴിയുകയെന്നും അദ്ദേഹം വിശ്വസിച്ചു. എല്ലാം ശ്രീകൃഷ്ണന്റെ അംശമായി കണ്ട അരബിന്ദോ പിന്നീട് ദേശീയ

9 ഗീതാരഹസ്യം. പേജ് 356.

പ്രസ്ഥാനത്തിൽ നിന്നും ഗീതയിൽ നിന്നും അകന്നു പോയെങ്കിലും അദ്ദേഹം സൃഷ്ടിച്ചെടുത്ത കൃഷ്ണ കേന്ദ്രിത ഗീതാബോധം ജനതയുടെ ഹൃദയത്തെ ആഴത്തിൽ സ്വാധീനിച്ചു കഴിഞ്ഞിരുന്നു.

കരുത്തിന്റെയും നിഷ്കാമ കർമ്മത്തിന്റെയും പ്രതീകമായി ഗീതയെ അവതരിപ്പിച്ച വിവേകാനന്ദൻ മതത്തിന്റെ ചട്ടക്കൂടിൽ ഗീതയെ ഒതുക്കിയില്ലെങ്കിലും അദ്ദേഹത്തിന്റെ സന്ദേശത്തിൽ ആകൃഷ്ടരായ നിരവധി ദേശീയവാദികൾ തീവ്രവാദപ്രവർത്തനങ്ങൾക്കായി വിവേകാനന്ദന്റെ ഗീതാ സന്ദേശത്തെ ഉപയോഗപ്പെടുത്തി. അതിൽ കൂടുതലും ഹൈന്ദവ വാദികളായിരുന്നു. അനുശീലൻ സമിതിയടങ്ങുന്ന സംഘടനകളിലെ അംഗങ്ങൾ ഗീതയോടൊപ്പം തന്നെ വിവേകാനന്ദകൃതികളും പഠിക്കുകയും പഠിപ്പിക്കുകയും ചെയ്തിരുന്നു. ഇത്തരം സമിതികളിലൊന്നും മറ്റു മതവിഭാഗങ്ങൾ അംഗങ്ങളായിരുന്നില്ല എന്നത് ശ്രദ്ധേയമാണ്. നവോത്ഥാനഘട്ടത്തിൽ ഗീതയെ മുൻനിർത്തി സാമൂഹ്യവിപ്ലവത്തിന് തുടക്കം കുറിച്ച രാജാറാം മോഹൻ റോയ് അറിഞ്ഞോ അറിയാതെയോ ഭഗവദ്ഗീതയെ ഹിന്ദുക്കളുടെ പ്രമാണഗ്രന്ഥമായി അംഗീകരിച്ചിട്ടുണ്ട്. 'എല്ലാ വിഭാഗങ്ങളിലും പെട്ട ഹിന്ദുക്കൾ പ്രമാണമായി അംഗീകരിക്കുന്ന പുണ്യഗ്രന്ഥം' എന്ന് ഗീതയെ അദ്ദേഹം വിശേഷിപ്പിച്ചു. നവോത്ഥാന ഘട്ടത്തിൽ റോയ് നൽകിയ ഈ മതാത്മക വിശേഷണം കേവല ഗ്രന്ഥത്തിൽ നിന്ന് 'ഹിന്ദുക്കളുടെ പുണ്യഗ്രന്ഥ'മാക്കി ഭഗവദ്ഗീതയെ മാറ്റുകയായിരുന്നു. ഈ മാറ്റം ഹിന്ദു ജനത നെഞ്ചേറ്റുകയും ചെയ്തു.

ഇപ്രകാരം പ്രത്യക്ഷമായോ പരോക്ഷമായോ അല്ലെങ്കിൽ അറിഞ്ഞോ അറിയാതെയോ ദേശീയ വാദികൾ മതപരമായ നിലപാടിലൂടെ ഗീതയെ നോക്കിക്കാണുകയോ പ്രയോഗിക്കുകയോ ചെയ്തു. ഒരുപക്ഷേ ദേശീയ നേതാക്കളുടെ ഗീതാവ്യാഖ്യാനം മതപരമായ ഊർജം മാത്രമായിരുന്നില്ല പ്രദാനം ചെയ്തതെങ്കിലും അനുയായികളും ഹിന്ദുദേശീയ വാദികളും അവയെ അപ്രകാരം മനസിലാക്കുകയും പ്രയോഗിക്കുകയും ചെയ്തു. ഈയൊരു പ്രയോഗമാണ് ദേശീയ പ്രസ്ഥാനഘട്ടത്തിലെ ശക്തമായ ആയുധമാക്കി ഭഗവദ്ഗീതയെ ഉയർത്തിയത്.

ദേശീയ പ്രസ്ഥാനഘട്ടത്തിലെ ഗീതാപ്രയോഗങ്ങളിൽ വൈരുദ്ധ്യങ്ങൾ ഏറെയാണ്. മിതവാദം, തീവ്രവാദം, അഹിംസാവാദം എന്നിവയിലൂടെയെല്ലാം ഗീതാതത്ത്വങ്ങൾ പ്രചരിക്കപ്പെട്ടു. ബങ്കിം ചന്ദ്ര ചാറ്റർജി ഗീതയെ മുൻനിർത്തി വർണവ്യവസ്ഥയെ ന്യായീകരിക്കാനും ബ്രാഹ്മണിക വിജ്ഞാനം നിർമ്മിച്ചെടുക്കാനും ശ്രമിച്ചപ്പോൾ അരബിന്ദോ ഗീതയെ ആവശ്യവും അവകാശവുമായി

കാണുകയും തീവ്രവാദ പ്രവർത്തനങ്ങൾക്കായി ഗീതയിലെ ആശയങ്ങളെ രൂപപ്പെടുത്തുകയും ചെയ്തു. പിന്നീട് ധ്യാനത്തിന്റെ ഉറവിടമായി അരബിന്ദോവിന് ഗീത മാറുന്നുണ്ട്. ദേശീയ പ്രസ്ഥാനത്തിന്റെ അവസാന ഘട്ടത്തിലാകട്ടെ അരബിന്ദോവിൽ നിന്നും ഗീതയുടെ ബാഹ്യവശം പൂർണമായി അകന്നുനിൽക്കുന്നതായും ഇന്റഗ്രൽ യോഗയിൽ അദ്ദേഹം മനസർപ്പിച്ചതായും കാണാം. ബാലഗംഗാധര തിലകനാവട്ടെ ഇതര മതങ്ങളെയും അവയുടെ ആശയങ്ങളെയും പ്രതിരോധിക്കുവാനും സ്വാതന്ത്ര്യലബ്ധിക്കായുള്ള രാഷ്ട്രീയ ഉപകരണമായും ഗീതയെ പ്രയോഗിച്ചു. ഗീതയിൽ അഹിംസാവാദത്തെ അംഗീകരിക്കാൻ തിലകൻ തയ്യാറായിരുന്നില്ല.

ഗാന്ധിയാവട്ടെ അഹിംസയുടേയും സഹനത്തിന്റെയും കേന്ദ്രമായി ഗീതയെ കണ്ടു. അംബേദ്ക്കറെ സംബന്ധിച്ച് ഗീത യുദ്ധത്തിന്റെയും ചാതുർവർണ്യത്തിന്റെയും ന്യായീകരണമാണ്. ബ്രാഹ്മണികതയെ പുകഴ്ത്തുന്ന ഗീതാപഠനത്തിലൂടെ ഒരു സന്ദേശം കണ്ടെത്താനുള്ള അന്വേഷണം വ്യർത്ഥമായിരിക്കുമെന്നും അംബേദ്ക്കർ വാദിച്ചു. ഇപ്രകാരം തീവ്രവാദവും അഹിംസയും മിതവാദവും വിമർശനാത്മകവുമായ തലങ്ങളിലൂടെയാണ് ദേശീയ പ്രസ്ഥാനഘട്ടത്തിൽ ഗീത മുന്നേറിയത്. അതുകൊണ്ടുതന്നെ ഭഗവദ്ഗീതയ്ക്ക് ഇന്നുകാണുന്ന ആത്മീയവും സനാതനവുമായ പരിവേഷം വന്നു ചേരാൻ കാരണം സ്വാതന്ത്ര്യ സമരത്തിലെ ഗീതാപ്രയോഗം തന്നെയാണ്.

മുകളിൽ വിവരിച്ച ഭഗവദ്ഗീതയുടെ ദർശനത്തെയും സ്വാതന്ത്ര്യ സമരത്തിലെ പ്രയോഗത്തെയും മുൻനിർത്തി പരിശോധിക്കുമ്പോൾ ചെന്നെത്തുന്ന ചില നിഗമനങ്ങളും നിരീക്ഷണങ്ങളും ഇപ്രകാരമാണ്.

* ഭഗവദ്ഗീതയെ ഏതെങ്കിലുമൊരു ദർശനത്തിന്റെയോ ആശയത്തിന്റെയോ ഭാഗമായി മാത്രം സ്വീകരിക്കാനാവില്ല. എന്തുകൊണ്ടെന്നാൽ പ്രാചീന ഇന്ത്യൻ ആസ്തിക ദർശനങ്ങളായ സാംഖ്യവും യോഗവും മുതൽ പിൽക്കാല ദർശനങ്ങളായ മീമാംസയും വേദാന്തവും നാസ്തിക ദർശനമായ ബൗദ്ധ സിദ്ധാന്തവും ഭഗവദ് ഗീതയിൽ നിലകൊള്ളുന്നുണ്ട്. വിവിധ ദർശനങ്ങളിൽ നിന്നും കടം കൊണ്ട ആശയങ്ങളുടെ സമഗ്രതയാണ് ഭഗവദ്ഗീതയുടെ കാതൽ. അതിനാൽ ഏതു ദർശന കണ്ണുകളിലൂടെയും ഗീതയെ കാണാനും പരാമർശിക്കാനും വ്യാഖ്യാനിക്കാനും കഴിയുന്നതാണ്. ഒപ്പം ഏത് ആശയങ്ങളോടും യോജിപ്പിക്കാവുന്ന അയവുള്ള (Flexible) ജ്ഞാന ഘടനയാണ് ഗീതയുടേതെന്ന നിരീക്ഷണത്തിലേക്കും അതിന്റെ ഉള്ളടക്കം എത്തിച്ചേരുന്നു.
* മഹാഭാരതത്തിൽ നിന്നും വേറിട്ടു നിലകൊണ്ടതു മുതൽ ഭഗവദ്ഗീത

ആശയപരമായ പരിണാമങ്ങൾക്കു വിധേയമായിട്ടുണ്ട്. പൂർവ്വഘട്ടത്തിന്റെ ജ്ഞാനമണ്ഡലമായും മധ്യഘട്ടത്തിൽ ഭക്തി മണ്ഡലമായും ദേശീയ പ്രസ്ഥാനഘട്ടത്തിൽ കർമമണ്ഡലമായും ഗീതയിലെ ആശയങ്ങൾ വ്യാഖ്യാനിക്കപ്പെടുകയും പ്രയോഗിക്കപ്പെടുകയും ചെയ്തു.

* 'ഹിന്ദു' എന്ന പദം ഒരു മതമായി രൂപപ്പെടുന്നതിനു മുമ്പുതന്നെ ഗീത അനേകം മതങ്ങളുടെ ഭാഗമായി നിലകൊണ്ടിട്ടുണ്ട്. അദ്വൈത മതം മുതൽ അചിന്ത്യാഭേദമതത്തിനു വരെ സ്വീകരിക്കാവുന്ന തത്ത്വമായി ഗീതമാറി. മാത്രമല്ല ഈ മതങ്ങളെല്ലാം തങ്ങൾക്കനുസൃതമായി ഗീതയെ വ്യാഖ്യാനിക്കുകയും ചെയ്തു.
* കേന്ദ്രീകൃതമായ ഒരു മതത്തിന്റെ ചട്ടക്കൂടിനുള്ളിലേക്ക് ഗീത ഒതുങ്ങുന്നതും കർമ പ്രധാനമായി ഉയരുന്നതും കൊളോണിയൽ ഘട്ടത്തിലാണ്. യൂറോപ്യർ നിർമ്മിച്ചെടുത്ത പൗരസ്ത്യ വിജ്ഞാനത്തിൽ നിന്നും സുവർണ ഭൂതകാല സങ്കല്പത്തിൽ നിന്നുമാണ് ഗീതയ്ക്ക് ദേശീയമായ പദവി ലഭിക്കുന്നത്.
* ഇന്ത്യൻ ദേശീയതയുടേയും ദേശീയ പ്രസ്ഥാനത്തിന്റെയും പ്രാരംഭം മതപരമായ അടിത്തറയിൽ നിന്നായിരുന്നു എന്നതിനാൽ ദേശീയ സ്വാതന്ത്ര്യ സമരചരിത്രത്തിലെ ഗീതാകർമ പ്രയോഗവും ഒരു പരിധിവരെ മതപരമായ നിലപാടുകളിൽ അധിഷ്ഠിതമായിരുന്നു.
* കർമവും പുനർജന്മ വിശ്വാസവും പ്രാചീനകാലം-തൊട്ടേ ഇന്ത്യൻ ഹൃദയത്തെ സ്വാധീനിച്ച പ്രധാന സങ്കല്പമാണ്. അതുകൊണ്ടു തന്നെ ഗീതയിലെ കർമ്മ വിവരണത്തിനാണ് ദേശീയ വാദികൾ പ്രാധാന്യം നൽകിയത്. സത്ജന്മം ലഭിക്കാനായി മാതൃരാജ്യത്തിനു വേണ്ടി പോരാടാൻ ഗീത ദേശീയവാദികളെ പ്രേരിപ്പിച്ചു.
* ഭഗവദ്ഗീതയിലെ നിഷ്കാമ കർമ്മത്തിനാണ് ദേശീയ പ്രസ്ഥാന ഘട്ടത്തിൽ പ്രാധാന്യം ലഭിച്ചത്. സുഖങ്ങളും മോഹങ്ങളും ഉപേക്ഷിച്ച് നിഷ്കാമലായി കർമ്മം ചെയ്യാൻ ദേശീയ വാദികൾക്ക് ഒരു പരിധിവരെ കഴിഞ്ഞിട്ടുണ്ട്. ദേശീയ പ്രസ്ഥാന ഘട്ടത്തിൽ പ്രചരണത്തിനായി ഉപയോഗിക്കപ്പെട്ട ഗീത പ്രയോഗങ്ങളിലും ആശയവ്യാഖ്യാനങ്ങളിലും ദ്വന്ദ്വമായി നിലകൊണ്ടപ്പോഴും ഹിന്ദുത്വത്തിന്റെ പരിപോഷണമെന്ന ഏകാത്മക സങ്കല്പത്തിലേക്കാണ് എത്തിച്ചേർന്നത്. സനാതനവും ആത്മീയവും വിശുദ്ധവുമായ പരിവേഷം ഭഗവദ്ഗീതയ്ക്കു വന്നുചേരാൻ സ്വാതന്ത്ര്യ സമരത്തിലെ ഗീതാപ്രയോഗം കാരണമായിത്തീർന്നിട്ടുണ്ട്.

സമകാലിക ഘട്ടത്തിലും വ്യാഖ്യാനങ്ങൾ, നിശ്ചലവും

ചലനാത്മകവുമായ വിവരണങ്ങൾ എന്നിവയിലൂടെ ഗീതയ്ക്ക് പരിണാമം സംഭവിച്ചുകൊണ്ടിരിക്കുന്നു. ഗീതയുടെ ഓരോ പരിണാമ വികാസവും അനന്തമതസാധ്യതകളിലേക്കു തുറക്കുന്ന വാതിലുകളാകുന്നു; അതുകൊണ്ടുതന്നെ അതിന്റെ പരിണാമം തുടർന്നുകൊണ്ടിരിക്കും.

●

സഹായക ഗ്രന്ഥങ്ങൾ

• സുകുമാർ അഴീക്കോട് – തത്ത്വമസി, ഡി.സി ബുക്സ്, 1984
• കെ. ദാമോദരൻ - ഭാരതീയ ചിന്ത, ഭാഷാഇൻസ്റ്റിറ്റ്യൂട്ട്, 2011
• ആചാര്യനരേന്ദ്രഭൂഷൻ - ശ്രീമദ് ഭാഗവദ്ഗീതാരഹസ്യം (വിവർത്തനം), മാതൃഭൂമി ബുക്സ്, 2011
• ജി. ബാലകൃഷ്ണൻ നായർ- ഭാഗവത ഹൃദയം, കേരളഭാഷാ ഇൻസ്റ്റിറ്റ്യൂട്ട്, 2000.
• സോമശേഖരൻ - ഭഗവത്ഗീത; പലകാലം പല കാഴ്ചകൾ. സൈൻ ബുക്സ് തിരുവനന്തപുരം, 2010
• സുനിൽ പി. ഇളയിടം – ചരിത്രം; പാഠഭേദങ്ങളും പ്രത്യയശാസ്ത്രവും, മാതൃഭൂമി ബുക്സ്, 2004
• നിത്യചൈതന്യയതി – ശ്രീമദ് ഭഗവദ്ഗീതാ സ്വാധ്യായം, കേരള സാഹിത്യഅക്കാദമി, തൃശ്ശൂർ, 1995
• രാമകൃഷ്ണൻ ഇ.വി – ദേശീയതയും സാഹിത്യവും, ഡി.സി ബുക്സ്, കോട്ടയം, 2001
• അംബേദ്ക്കർ - സമ്പൂർണ കൃതികൾ, കേരളഭാഷാ ഇൻസ്റ്റിറ്റ്യൂട്ട്, 2000.
• ആനിയിൽ തകരൻ - ഭാരതീയ ദർശനം ഇംഗ്ലീഷ് കവിതയിൽ. ഡി.സി ബുക്സ്, 2008
• ധർമ്മരാജ് അടാട്ട് – ഭഗവദ്ഗീതയും നവലോകക്രമവും ചിന്ത പബ്ലിക്കേഷൻസ്, 1999
• കെ.എം. – ശ്രീമദ് ഭഗവദ്ഗീത, ശങ്കര ശങ്കരാനന്ദ സരസ്വതി, ശ്രീധരാചാര്യ വ്യാഖ്യാനങ്ങൾ, ഡി.സി ബുക്സ്, 2016
• മുനിനാരായണ പ്രസാദ് – ജീവിതപര്യടനം ഗീതയിലൂടെ, നാരായണഗുരുകുലം, 2007
• തുറവൂർ വിശ്വംബരൻ - മഹാഭാരത പര്യടനം, ഡി.സി ബുക്സ്, 2011.

- Abhedananda, Swami, - Doctrine of Karma: A study in its practice, Ramakrishna Vedanta math, Calcutta, 1989.
- Abhedananda, Swami - Bhagavad gita : A Devine message, Ramakrishna math, Calcutta, 1990.
- Ajay SankarRai - GandhianSathyagraha an analytical and Critical approach, Concept publishing company, New Delhi, 2000.
- Albert Schweitzer - Theories of Indian Philosophers, Bharatiyakalaprakashan, Delhi, 2001.
- AnandHingorani.T,Ed - Gandhi for 21thCentury, Navajivan Trust, Ahmedabad, 1998.
- Ananta, and RamBachan - The limits of Scripture-Vivekananda's re-interpretation of Vedas, Sri Sadgura publications, Delhi, 1995.
- AnantanandRambachan - Gitanidarsana: smiles of the Bhagavad Gita, Motilal Banarasidass, 1999.
- Andrews.C.F - Mahatma Gandhi: His life and Idea, Radha publication, New Delhi, 1995.
- AnnieBasant - A study in Karma, The Theosophical publishing house, Chennai, 2001.
- Annie Basant and Bhagavandas- The Bhagavad gita,Thesophical society, Bombay
- Annie Basant - Dharma, The Theosophilical publishing House, Adayar, 2000
- Annie Besant - A study in Karma, Theosophical publishing House, Adayar, 2001.
- Aravind Sharma - Sati- Historical and Phenomenological essays, Motilal BanarasiDass, Delhi, 1988.
- Aswathy A.B.L - History from the puranas, Kailash Prakashan, Luknow, 1975.
- Aurobindo - Essays on the Gita, Aurobindo Ashram trust, Pondicheri, 1997.
- BalagangadharaTilak - BalagangatharaTilak. His writings and Speeches, Madras, 1991.
- BanhattiG.S - Life and philosophy of swami Vivekananda, Atlantic publications, New Delhi, 1987.
- Benjamin walker - Hindu world, an encyclopaedic survey of Hinduism, Vol.1, MunshiramManoharlal publishers, New Delhi, 1983.
- Bhagavan Das - Sanatanadharama, The Theosophical publishing society, Adayar, 2002.
- BharathiK.S - Thoughts of Gandhi and Vinoba: A Comparitive

Study, Concept publishing company, New Delhi,1995.

- Bhattacharya A.N - Dharma, Adharma and moralities in Mahabharata, S.S.Publications,Delhi,1992.
- Bhattacharya Sukumari - The Indian Theology a Comparative of Indian Mythology from the Vedas to Puranas, MotilalBanarasiDass, 1988.
- Bipin Chandra - Freedom struggle, National Book Trust, New Delhi, 1972.
- ChanchreekK.L, and Maheshjain- Jaina philosophy, shree publishers, New Delhi, 2004.
- Chandradharsharma - Critical survey of Indian philosophy, motilal Banarasi Dass, Delhi, 1987.
- Dasgupta S.N. - Development of Moral philosophy in India, Orient Longman, Bombay,1961
- David Frawley - From the River of Heaven: Hindu and Vedic knowledge for the modern age, MotilalBanarasidass, Delhi, 1999.
- Deviprasadchatopadhyaya - Studies in the History of Indian philosophy, Vol.1 K.P. Bayachi and company, Calcutta, 1978.
- Deviprasad Chatopadhyaya - What is living and what is dead in Indian philosophy, peoples publishing House, New Delhi, 1985.